# டாக்டர் நரேந்திரனின் வினோத வழக்கு

நாடகம்

# கிழக்கு பதிப்பக வெளியீடுகளாக சுஜாதாவின் புத்தகங்கள்

மீண்டும் ஜீனோ
நிறமற்ற வானவில்
நில்லுங்கள் ராஜாவே
தீண்டும் இன்பம்
ஆஸ்டின் இல்லம்
அனிதாவின் காதல்கள்
நைலான் கயிறு
24 ரூபாய் தீவு
அனிதா இளம் மனைவி
கொலை அரங்கம்
கமிஷனருக்கு கடிதம்
அப்ஸரா
பாரதி இருந்த வீடு
மெரீனா
ஆர்யபட்டா
என் இனிய இயந்திரா
காயத்ரி
ப்ரியா
தங்க முடிச்சு
எதையும் ஒருமுறை
ஊஞ்சல்
ஓரிரவில் ஒரு ரயிலில்
மீண்டும் ஒரு குற்றம்
விக்ரம்
நில், கவனி, தாக்கு!
வாய்மையே சில சமயம் வெல்லும்
ஆ..!
வசந்த காலக் குற்றங்கள்
சிவந்த கைகள்
ஒரே ஒரு துரோகம்
இன்னும் ஒரு பெண்
6961
ஜோதி
மாயா
ரோஜா
ஓடாதே
மேற்கே ஒரு குற்றம்
விபரீதக் கோட்பாடு
ஐந்தாவது அத்தியாயம்
மலை மாளிகை
விடிவதற்குள் வா
மூன்று நாள் சொர்க்கம்
பத்து செகண்ட் முத்தம்
கம்ப்யூட்டர் கிராமம்
இளமையில் கொல்
மேகத்தை துரத்தியவன்
ஒரு நடுப்பகல் மரணம்
நகரம்
இதன் பெயரும் கொலை
மண்மகன்
தப்பித்தால் தப்பில்லை
விழுந்த நட்சத்திரம்
முதல் நாடகம்
ஆட்டக்காரன்
ஜன்னல் மலர்
என்றாவது ஒரு நாள்
வைரங்கள்
மேலும் ஒரு குற்றம்
சொர்க்கத் தீவு
கனவுத் தொழிற்சாலை
ஆயிரத்தில் இருவர்
பதினாலு நாட்கள்
உள்ளம் துறந்தவன்
பிரிவோம் சந்திப்போம்
கரையெல்லாம் செண்பகப்பூ
இரண்டாவது காதல் கதை
நிர்வாண நகரம்
குருபிரசாதின் கடைசி தினம்
இருள் வரும் நேரம்
திசை கண்டேன் வான் கண்டேன்
ஆழ்வார்கள் - ஓர் எளிய அறிமுகம்
தேடாதே
விருப்பமில்லாத் திருப்பங்கள்
விரும்பிச் சொன்ன பொய்கள்
கை
ஆதலினால் காதல் செய்வீர்
நூற்றாண்டின் இறுதியில் சில சிந்தனைகள்
அப்பா, அன்புள்ள அப்பா
மிஸ். தமிழ்த்தாயே, நமஸ்காரம்!
சிறு சிறுகதைகள்
வாரம் ஒரு பாசுரம்
வானத்தில் ஒரு மௌனத்தாரகை
கடவுள் வந்திருந்தார்
அனுமதி
ஓலைப் பட்டாசு
சேகர், சிங்கமய்யங்கார் பேரன்
கம்ப்யூட்டரே ஒரு கதை சொல்லு
டாக்டர் நரேந்திரனின் வினோத வழக்கு
நிஜத்தைத் தேடி
பாதி ராஜ்யம்
சில வித்தியாசங்கள்

# டாக்டர் நரேந்திரனின் வினோத வழக்கு

நாடகம்

சுஜாதா

கிழக்கு

டாக்டர் நரேந்திரனின் விநோத வழக்கு
Doctor Narendiranin Vinotha Vazhakku
by Sujatha
Sujatha Rangarajan ©

First Edition: December 2013
120 Pages
Printed in India.

ISBN 978-81-8493-676-6
Kizhakku - *646*

Kizhakku Pathippagam
177/103, First Floor,
Ambal's Building, Lloyds Road,
Royapettah, Chennai 600 014.
Ph: +91-44-4200-9603

Email : support@nhm.in
Website : www.nhm.in

Cover Image: Shutterstock

Kizhakku Pathippagam is an imprint of New Horizon Media Private Limited

This book is sold subject to the condition that it shall not, by way of trade or otherwise, be lent, resold, hired out, or otherwise circulated without the publisher's prior written consent in any form of binding or cover other than that in which it is published and without a similar condition including this the rights under copyright reserved above, no part of this publication may be reproduced, stored in or introduced into a retrieval system, or transmitted in any form or by any means (electronic, mechanical, photocopying, recording or otherwise), without the prior written permission of both the copyright owner and the above-mentioned publisher of this book.

## ஒரு முன் குறிப்பு

இந்த நாடகத்தின் மேடை மூன்று பாகமாகப் பிரிக்கப்பட்டிருக் கிறது. மையப் பகுதியில் ஒரு வழக்கு நடக்கிறது. அந்த வழக்கில் சில முக்கியமான சாட்சியங்கள் - காட்சிகள் இடது - வலது - நடு - முன் பக்கத்தில் நடித்துக் காட்டப்படுகின்றன. வழக்கில் சாட்சி சொல்லிக் கொண்டிருப்பவர்களே நடு - முன் - இடது - வலது நடிப்பிலும் தேவைப்படும்போது, அவர்கள் அங்கே சென்று கலந்து கொள்ளலாம். அரங்கத்தின் ஒளி அமைப்பு இதற்கு ஏற்றபடி இருக்க வேண்டும். நடுவே கோர்ட்டில் நடக்கும்போது, அந்தப் பகுதி பொதுவாக ஒளி பெற்றிருக்கும்போது, மற்றப் பகுதிகள் இருட்டுக்கு மிக அருகே இருக்க வேண்டும். அங்கே இருப்பவர்கள் தெரியக் கூடாது. இதற்காக அந்தப் பகுதியில் அரங்க அமைப்பை எளிதாக வைத்துக் கொள்வது நல்லது. இந்த நாடகத்தை செட்டுகள் ஏதும் இன்றியே ஒளியால் பிரித்து நடிக்க முன்வந்தாலும் எனக்கு சம்மதமே.

- சுஜாதா

# டாக்டர் நரேந்திரனின் வினோத வழக்கு

## காட்சி 1

(நாடகத்தின் நடுவே கோர்ட்டு. எந்தக் கோர்ட்டு என்பது முக்கிய மானதல்ல. அது ஒரு மாஜிஸ்ட்ரேட் கோர்ட், அல்லது செஷன்ஸ் கோர்ட்டாக, அல்லது ஹை கோர்ட்டாக இருக்கலாம். அலுப்புத் தட்டும் வகையில் ஒரு சூழ்நிலையைக் காட்டினால் நல்லது. நீதிபதி - வழக்கை நடத்தும் மற்றவர்கள் - எல்லோரிடமும் அவசரமில்லாத் தன்மை. நியாயத்தைவிட விதிமுறைகளுக்குக் கட்டுப்பட வேண்டிய கட்டாயம் இருப்பவர்களாகத் தோன்றுகிறார்கள். வழக்குக்கும் அவர்களுக்கும் எந்தவிதமான உணர்ச்சி பூர்வமான தொடர்பும் இல்லாமல், அடிக்கடி தணிந்த குரலில் பேசிக்கொள்கிறார்கள்.

நீண்ட சதுர மேஜை. அதற்கு மேலே சுவரில் சம்பிரதாயமாக காந்திப் படம். நாற்காலியில் ஒரு நீதிபதி உட்கார்ந்துகொண்டு பத்திரிகை படித்துக்கொண்டிருக்கிறார். பத்திரிகை முகத்தை மறைக்கிறது. அவருக்கு அருகே முன் பக்கத்தில் ஒரு கிளார்க், ஒரு பெரிய ஃபைல் கத்தையை அவர் முன் வைத்து, 'க்கும்' என்று கனைக்கிறார். நீதிபதி பேப்பரிலிருந்து நிமிர்ந்து, இயந்திரம் போல் மேஜையைத் தட்டி, 'ஆர்டர் ஆர்டர்' என்கிறார். மேடைமேல் ஒளி அதிகரிக்க முன் பக்கத்தில் மேஜை போட்டு உட்கார்ந்து கொண்டிருக்கும் எதிர் தரப்பு வக்கீலும் மற்றவரும் எதிரே குற்றவாளிக் கூண்டிலே நின்றிருக்கும் டாக்டர் நரேந்திரனும் தெளிவாகத் தெரிகிறார்கள். டாக்டர் நரேந்திரனுக்கு ஐம்பது வயது இருக்கலாம். அவர் முகத்தில் அலட்சிய பாவமும் - இந்த வழக்கைப் பற்றிய எந்தவிதக்

கவலையும் இல்லாத தன்னம்பிக்கையும் தெரிகிறது. ஒருமுறை நீதிபதியைப் பார்த்துச் சிரிக்கிறார். 'குட்மார்னிங்' என்று அவர் சொல்வதற்குப் பதில் கிடைப்பதில்லை. கிளார்க் ஃபைல் கத்தையிலிருந்து தேர்ந்தெடுத்து ஒன்றை நீதிபதியின் முன் வைக்க...)

நீதிபதி : மிஸ்டர் நாகராஜன், இன்றைக்கு என்ன வழக்கு?

நாகராஜன் : யுவர் ஆனர், டாக்டர் நரேந்திரனின் விநோத வழக்கு.

நீதிபதி : 'டாக்டர் நரேந்திரனின் வழக்கு' என்று மட்டும் சொல்லுங்கள். 'விநோத' என்ற அடைமொழியைச் சேர்த்து ஆரம்பத்திலேயே என்னைத் தயாரிக்காதீர்கள். சட்டம் பாரபட்சமற்றது. சொல்லப்பட்ட டாக்டர் நரேந்திரன் கோர்ட்டில் இருக்கிறாரா?

நாகராஜன் : இருக்கிறார். வந்திருக்கிறார், யுவர் ஆனர்.

நரேந்திரன் : இதோ, உங்கள் எதிரிலேயே முழுசாய் நிற்கிறார், யுவர் ஆனர்.

நீதிபதி : (கண்ணாடியைக் கழற்றிப் பார்த்து) ஓ... கண்ணாடியை மாற்ற வேண்டும். தூரப் பார்வை குறைஞ்சிட்டிருக்கு.

நரேந்திரன் : சீக்கிரம் மாத்திடுங்க. அப்புறம் ஐ ஸ்ட்ரெய்ன் ஜாஸ்தியாகி கிளாக்கோமா வந்துடும். இப்பல்லாம் கிளாக்கோமா ஆப்பரேஷன் சரியாவே செய்ய மாட்டேங்கறாங்க.

நீதிபதி : (கடுமையாக) சரி சரி. சட்டென்று சொல்லுங்க நாகராஜன். இவர் செய்த குற்றம் என்ன? சுருக்கமாகச் சொல்லுங்க. ஸாரி... இவர் செய்ததாகச் சொல்லப்படும் குற்றம் என்ன?

நாகராஜன் : மூணு குற்றம். இரண்டு கொலை! ஒரு சிசு ஹத்தி.

(நீதிபதி இதைக் கேட்டதும் டாக்டர் நரேந்திரனை நிதானமாகப் பார்க்கிறார். டாக்டர் நீதிபதியை நோக்கி வசீகரமாகச் சிரிக்கிறார். நான்தான் என்று நெஞ்சைத் தொட்டுக் காட்டுகிறார்)

நாகராஜன் : யுவர் ஆனர், இந்தியன் ஃபீனல்கோடு, லாப் ஆப் டார்ட்ஸ்... அப்புறம் தி டிரக் அண்ட் காஸ்மெட்டிக்ஸ் ஆக்ட் அண்ட் ரூல்ஸ்படி...

நீதிபதி : ஸ்டாச்சூட்டை அப்புறம் பார்க்கலாம். குற்றம் என்ன செய்தார்? அதைச் சொல்லுங்கள். மத்தியானம் ஒரு ரேப் இருக்கு.

நாகராஜன் : யுவர் ஆனர், இந்த டாக்டர், இதோ உங்க எதிரிலேயே நின்னுண்டிருக்கிற டாக்டர் நரேந்திரன்... சென்ற வருஷம் மார்ச் மாதம் மூன்றாம் தேதியிலிருந்து அக்டோபர் மாதம் இரண்டாம் தேதி வரைக்கும் செஞ்ச மூன்று குற்றங்களை சுருக்கமாக விவரிக்க விரும்பறேன். சொல்லப்பட்ட டாக்டர் சர்க்கார் ஆஸ்பத்திரியில் மெடிகல் டிபார்ட்மெண்டிலே சீஃபா இருந்தார். அவர் செய்த தன்னிச்சையான குற்றங்கள், செயல்பாடுகள், எல்லாவற்றையும் பிராஸிக்யூஷன் தரப்பிலிருந்து ஸ்தாபிக்கப் போகிறோம். அவர் ஆஸ்பத்திரியில் முக்கிய அதிகாரியாக இருந்த போது, செய்த முறைகேடான மூன்று காரியங்களைக் குறிப்பிட்டுப் பேசப் போகிறோம்.

நீதிபதி : சீக்கிரம் பேசுங்க...

நாகராஜன் : யுவர் ஆனர், டாக்டர் செய்த முதல் குற்றத்தை விவரிப்பதற்கு உங்களை, சென்ற மார்ச் மாதம் மூன்றாம் தேதிக்கு, சர்க்கார் ஆஸ்பத்திரி ஸ்பெஷல் வார்டு ரூம் நம்பர் எட்டுக்கு அழைத்துச் செல்ல விரும்புகிறேன்.

(அவர் பேசப் பேச, மேடையில் மையப் பகுதி இருள்கிறது. அதே சமயம் இடது பகுதி ஒளிபெற, அது ஒரு ஆஸ்பத்திரியின் தனி அறை என்று தெரிகிறது. ஒரு படுக்கையைச் சுற்றிலும் சக்கரத் திரை மறைத்து இருப்பதால், படுக்கையில் படுத்திருப்பவர் யார் என்று தெரிவதில்லை. ஆனால் விளிம்பில் குளுக்கோஸ் டிரிப் பாட்டில் தொங்குவது தெரிகிறது. படுக்கையைச் சுற்றிலும், படுத்திருப்பவரின் உறவினர்கள் நிற்பது தெரிகிறது... (அவர்கள் நிழல்களிலிருந்து). நாகராஜன் பேசிக்கொண்டிருக்கும்போது டாக்டர் நரேந்திரன் மெதுவாகத் தன் கூண்டை விட்டு விலகி, அந்தக்

காட்சியில் சேர்ந்துகொள்கிறார், டாக்டர் என்கிற தொழிலுக்கு உரித்தான ஒரு வெள்ளை மேற்சட்டையும் ஸ்டெத்தும் அணிந்து கொண்டு இருக்கிறார். மற்றபடி அவர் உடை அமைப்பில் எந்த மாற்றமும் தேவையில்லை)

நாகராஜன் : *(தொடர்ந்து)* அங்கே சிகிச்சைக்காகப் படுத்திருந்த பெரியவர் சரவணன், அன்னாரின் உறவினர்கள் மகன், மகள், மனைவி, சுற்றத்தார் எல்லோரும் டாக்டர் நரேந்திரனின் திறமையும் அனுபவத்தையும் நம்பிக்கொண்டு அவருடைய தங்கக் கரங்களின் சிகிச்சைக்காக ஆவலுடன் எதிர்பார்த்துக் கொண்டிருக்கையில் டாக்டர் நரேந்திரன் செய்தது என்ன? சொல்லவும் நா கூசுகிறது... யுவர் ஆனர்!

(காட்சி ஆஸ்பத்திரியின் அறையில் இடைவெளி ஏதும் இல்லாமல் தொடர்கிறது. டாக்டர் நரேந்திரன் நுழைகிறார். சரவணனின் படுக்கைக்கு அருகில் நிற்கிறார்)

டாக்டர் : என்னங்க... பேஷண்டைச் சுத்தி இத்தனைக் கும்பல்? வெளில வாங்க.

சரவணனின்
மூத்த மகன் மது: வாங்க டாக்டர்!

டாக்டர் : எப்படி இருக்கார் இன்னிக்கு?

மது : நோ சேஞ்ச் டாக்டர்.

டாக்டர் : சிஸ்டர் எங்கே? யூரின் சாம்பிள் எடுத்தாங்களா? மாத்திரை பொடி பண்ணி கரைச்சுக் குடுத்தாங்களா?

மனைவி : *(வெளிப்பட்டு)* டாக்டர், இந்த மாதிரி எத்தனை நாளைக்குக் கண்ணைத் திறக்காமல் படுத்திருப்பாரு? எனக்கு அப்படியே எங்கயாவது ஓடிப் போயிடலாம்னு தோணுது. பாவம்... அவர்தான் எவ்வளவு கஷ்டப்படறாரு. எப்ப டாக்டர் கண்முழிச்சுப் பாப்பாரு? எங்களை எல்லாம் பாத்துப் பேசுவாரு... சிரிப்பாரு?

டாக்டர் : சீக்கிரம்மா, சீக்கிரமே!

(இருவரும் சற்று முன்வருகிறார்கள்)

மது: என்ன டாக்டர்?

டாக்டர் : உங்கப்பாவுக்கு பிழைக்கிறதுக்கு சான்ஸே இல்லே. இட்ஸ் ஒன்லி எ கொஸ்சின் ஆஃப் டைம்

மது: டாக்டர். அப்படி சொல்லாதீங்க டாக்டர். என்ன செலவானாலும் சரி, எத்தனை நாளானாலும் சரி. எப்படியாவது அவரை எழுப்பிடுங்க.

டாக்டர் : இன்னைக்கு மருத்துவ சாஸ்திரத்தில உள்ள எல்லா முயற்சிகளும் செய்திட்டிருக்கிறோம். இருந்தாலும் பிழைச்சு எழுறதுக்கு சான்ஸ் ஒரு சதவிகிதம்தான்னு சொல்வேன்.

மது : அந்த ஒரு சதவிகிதத்தை முயன்று பாருங்க டாக்டர். நேத்திக்கு மாரைப் பிராண்டிப் பிராண்டி எழுப்பிப் பார்த்ததும் ஒரு தடவை முழிச்சுக்கிட்டார் டாக்டர்.

டாக்டர் : அப்படியா? என்கிட்டே இதைச் சொல்லவே இல்லையே?

மது : எனக்கென்னமோ அவர் எழுந்திருச்சிருவார்னு தான் தோணுது.

டாக்டர் : முயற்சி பண்றோம், முயற்சி பண்றோம். ஆனா ஏதும் தீர்மானமாச் சொல்றதுக்கில்லை.

மது : ப்ளீஸ் டாக்டர். உங்களாலே ஆகாதது இல்லை.

(லேசாக அழுகிறான்)

டாக்டர் : மனசைத் தேத்திக்கங்க. இப்ப நீங்கள்ளாம் கொஞ்சம் வெளியே போறீங்களா... பேஷண்டோட என்னைத் தனியா விடறீங்களா?

மது : சரி டாக்டர். அம்மா, வா போகலாம். சரசு வா. கிருபா வா.

அம்மா : உங்களைத்தான் மலைபோல நம்பியிருக்கோம் டாக்டர். எப்படியாவது அவரை...

(அழுகிறாள்)

டாக்டர் : கவலைப்படாதீங்க. நான் பாத்துக்கறேன்.

(அவர்கள் மெதுவாகச் செல்ல, டாக்டர் பேஷண்டையே கண்கொட்டாமல் பார்த்துக் கொண்டிருக்கிறார்)

நாகராஜன் : *(குரல்)* அவர்கள் எல்லோரையும் அனுப்பி விட்டு, டாக்டர் நரேந்திரன் தனியாக இருந்த போது செய்தது என்ன?

டாக்டர் : கிழவனே நீ இனிமே உயிரோட இருக்கறதும் ஒன்னு தான்... இல்லாமே இருக்கிறதும் ஒன்னு தான். எதுக்காக அல்லல்படறே? செத்துப்போ. பேசாமப் பிராணனை விடு. உனக்கு எதுக்கு ஆக்ஸிஜன் எதுக்கு குளுகோஸ்?

(டாக்டர் நரேந்திரன் பேஷண்டுடன் இணைந்திருக்கும் ஜீவாதாரத் தொடர்புகளை ஒவ்வொன்றாகப் பிடுங்கி விடுகிறார்)

டாக்டர் : அவ்வளவுதான், சிம்பிள். ரெண்டு குழாய், மைடியர் சரவணன்... ஐயாம் ஸாரி. உனக்கு விடுதலை கொடுத்ததுக்காக... உன்னுடைய ஆத்மா எங்கே போனாலும், என்னை வாழ்த்திக்கிட்டே இருக்கும்.

நாகராஜன் : *(குரல்)* இந்தக் காட்சியைத் தன் கண்களால் கண்ட நர்ஸ் லீலாவின் சாட்சியம் கோர்ட்டில் சமர்ப்பிக்கப்படும்.

நர்ஸ் லீலா : *(உள்ளே வந்து சற்று ஆச்சரியத்துடன்)* டாக்டர்... என்ன செய்யறீங்க?

டாக்டர் : ஓ... நீயா...? எப்ப வந்தே? *(தடுமாறுகிறார்)*

நர்ஸ் லீலா : வந்து... வந்து...

டாக்டர் : ஏன் எல்லாத்தையும் பிடுங்கிட்டேன்னு பார்க்கறியா? ஆள் காலி. போய்ட்டார். க்ளோஸ். பணால். செத்தாச்சு. அப்பவே செத்துட்டார்.

நர்ஸ் லீலா: *(நம்பிக்கையின்றி பேஷண்டைப் பார்க்கிறாள்.)* *என்ன ஆச்சு?*

டாக்டர் : மூச்சு அடைச்சுருச்சு. நீ என்ன பண்றே... இவங்க உறவுக்காரங்க இப்பத்தான் கிளம்பிப் போயிட்டிருப்பாங்க. மெயின் கேட்டில வச்சுப் பிடிச்சுறலாம். உடனே போய் கூப்பிட்டுட்டு வா.

(நர்ஸ் பயந்து கிளம்ப)

டாக்டர் : ஒன் மினிட். இங்க வா.

(வருகிறாள்)

டாக்டர் : நீ என்ன பாத்தே?

நர்ஸ் லீலா : வந்து ஒண்ணுமில்லே டாக்டர்.

டாக்டர் : அனாவசியமா கற்பனை ஏதும் பண்ணிக்க வேண்டாம். நடந்தது நடந்தே ஆக வேண்டியது. தெரியுதா?

(நர்ஸ் தலையாட்டுகிறாள்)

டாக்டர் : நீ ஏதும் பார்க்கலை... தெரியுதா?

நர்ஸ் லீலா: தெரியுது டாக்டர்.

டாக்டர் : போ. உறவுக்காரங்களைக் கூப்பிடு. கூப்பிட்டுட்டு தகவல் சொல்லு. டெத் சர்ட்டிபிகேட்டை நானே சைன் பண்றேன்.

(டாக்டர் மெல்ல அந்த இடத்தை விட்டு விலகி கூண்டை நோக்கி நடக்கையில், தன் மேற் சட்டையையும் ஸ்டெத்தையும் கழற்றுகிறார்.

இடது புறத்தில் ஒளி மங்கி, வலது பக்கம் மையத்தில் ஒளி அதிகரிக்கும் வேளையில், நிழல்கள்போல் உறவினர்கள் வருவதும் 'அப்பா அப்பா' என்றும், 'ஏங்க ஏங்க' என்றும் அவர்கள் அடக்கமாக அழுவதும் கேட்டு, சட்டென்று வெட்டினது போல் நிற்க, மறுபடி கோர்ட்)

நாகராஜன் : கோல்ட் பிளடட் மர்டர். நர்ஸ் லீலாவின் சாட்சியத்திலிருந்து இது உங்களுக்குப் புலனாகப் போகிறது. உயிருடன் மன்றாடிக் கொண்டிருந்தவரின் கடைசி ஜீவாதாரக் குழல்களை

வேணுமென்றே வெட்டினதுமல்லாமல், அந்தக் குற்றத்தை சாமர்த்தியமாக மறைத்திருப்பதையும் நிரூபிக்கப் போகிறோம்.

நீதிபதி : ஒன் மினிட் டாக்டர் நரேந்திரன். உங்களை ஒரு கேள்வி கேட்க விரும்புகிறேன்.

டாக்டர் : ப்ளீஸ்... யுவர்... ஆனர்...

நீதிபதி : நீங்கள் அப்படிச் செய்தீர்களா?

டாக்டர் : ஆம்.

(சிரிக்கிறார்)

நீதிபதி : ஆர் யூ கோயிங் டு ப்ளீட் இன்ஸாலிட்டி.

டாக்டர் : ஓ... நோ.

நீதிபதி : ஆர் யூ ப்ளீடிங் கில்ட்டி?

டாக்டர் : ஆம்

நீதிபதி : நாகராஜன்.

நாகராஜன் : டாக்டர் நரேந்திரனின் அடுத்த குற்றம்... ஒரு பெண்ணைச் சார்ந்தது. இதனை நிரூபிப்பதற்கு ஆஸ்பத்திரியில் ஆப்ஸ்டெட்ரிக்ஸ் அண்ட் கைனிக்காலஜி பிரிவைச் சார்ந்த டாக்டர் சாரதம் மாவை சாட்சியாகக் கூப்பிடப் போகிறோம். ஆஸ்பத்திரியைச் சேர்ந்த குமாரி மஞ்சுளா என்கிற பெண்ணுடன் டாக்டர் நரேந்திரன், கோர்ட்டில் வெளிப்படையாகச் சொல்ல முடியாத சில சினேகிதங்களும் தொடர்புகளும் வைத்திருந்து... அந்தத் தொடர்புகளின் விபரீத விளைவுகளினால் ஏற்பட்டதைக் கலைக்க ஆஸ்பத்திரி சலுகைகளை துஷ்பிரயோகம் செய்தது.

(இப்போது மேடையின் வலது பக்கம் ஒளி பெற, கோர்ட்டு மறைகிறது. அது டாக்டர் நரேந்திரனின் ஆபீஸ் அறை. நாற்காலியில் டாக்டர் நரேந்திரன் உட்கார்ந்திருக்க, அருகில் ஒரு பெண் தலைகுனிந்து உட்கார்ந்திருக்கிறாள். அவள் இந்தப் பகுதியில் பேசுவதில்லை. டாக்டர் சாரதம்மா நுழைகிறாள்)

| | |
|---|---|
| சாரதம்மா : | கூப்பிட்டீங்களா டாக்டர்? |
| டாக்டர் : | சாரதம்மா... இவளைத் தெரியுமில்லே? |
| சாரதா : | பார்த்திருக்கேன். |
| டாக்டர் : | என் ஆபீஸ் கிளார்க். இவளுக்கு உங்க உதவி தேவையா இருக்கு. |
| சாரதா : | சொல்லுங்க டாக்டர். |
| டாக்டர் : | இவ ப்ரெக்னன்டா இருக்கா. ஒரு டி.என்.ஸி. பண்ணிவிட்டிருங்க... உங்க டிபார்ட்மெண்டிலே. |
| சாரதா : | வாட். |

(அவளைப் பார்க்கிறாள். குனிந்த தலை நிமிரவில்லை)

| | |
|---|---|
| டாக்டர் : | கொஞ்சம், எதிர்பாராதது நிகழ்ந்து போச்சு. டெஸ்ட் பண்ணிப் பார்த்துடுங்க. ப்ரெக்னன்ஸி கன்ஃபர்ம் பண்ணிடுங்க. நாற்பத்து நாலு நாள் ஆறதாம். பண்ணிடுங்க. |
| சாரதா : | (அதிர்ந்து) ஏம்மா உனக்குக் கல்யாணம் ஆய்டுத்தா? |
| டாக்டர் : | இல்லை. |
| சாரதா : | பின்ன, எப்படி டாக்டர் இது? சர்க்கார் ஆஸ்பத்திரி, இதில அபார்ஷன் பண்ணணும்னா... கல்யாண மானவங்களுக்கு, ஏற்கெனவே குழந்தை இருக்கிறவங்களுக்கு, புருஷனோட சம்மதத்தோட தான் பண்ணணும். இது உங்களுக்கே தெரியுமே டாக்டர். |
| டாக்டர் : | ஆ! கமான் சாரதா. ரூல்ஸ், ஆர் ரூல்ஸ். ரூல்ஸ் படி பாத்தா இந்த ஆஸ்பத்திரியிலே ஒண்ணுமே செய்ய முடியாது. |
| சாரதா : | இருந்தாலும் டாக்டர்... நீங்களே பார்த்திருக்கீங்களே, எத்தனை ஃபார்ம் பில் பண்ணணும்? எவ்வளவு ஸ்டேட்மெண்டு அனுப்பணும்? |

டாக்டர் : எல்லாத்தையும் கொண்டாங்க. நான் ரொப்பித் தரேன்.

சாரதா : இருந்தாலும், ஒரு கல்யாணமாகாத பொண்ணுக்குப் பண்றதிலே எனக்கு இஷ்டம் இல்லே டாக்டர்.

டாக்டர் : ஆல்ரைட். கல்யாணமானதாத்தான் வச்சுக்கங்களேன்?

சாரதா : யாருக்கு?

டாக்டர் : எனக்கு. மீட் மிஸஸ் நரேந்திரன். இப்ப பண்றீங்களா? நான் கையெழுத்துப் போட்டுத் தரேன். கொண்டாங்க. எல்லாத்தையும்.

(சாரதா ஸ்தம்பித்து நிற்க)

டாக்டர் : போம்மா. இவங்கக்கூடப் போ. எல்லாத்தையும் சுத்தம் பண்ணிக் கொடுத்துடுவாங்க. அதுக்கப்புறம் நீ ஃப்ரீ.

(விளக்குகள் வலதுபக்கத்து மேடையில் மங்க, கோர்ட் மறுபடி ஒளிபெறுகிறது)

நாகராஜன் : ஆஸ்பத்திரியில் அவருக்குக் கொடுத்திருந்த அதிகாரத்தைத் தன் சொந்தக் காரியங்களுக்காகக் கண்டபடி பிரயோகித்தது... அவருடைய இரண்டாவது குற்றம்.

நீதிபதி : டாக்டர்... இதற்கு என்ன சொல்கிறீர்கள்?

டாக்டர் : என்ன சொல்ல வேண்டும்?

நீதிபதி : அந்தப் பெண்ணை கருத்தடை ஆப்பரேஷன் செய்வதற்கு உங்கள் பதவியைப் பயன்படுத்தினீர்களா?

டாக்டர் : ஆம்.

நீதிபதி : என்ன இது? எல்லாரும் ஒரே கட்சியா என்ன?

நாகராஜன் : யுவர் ஆனர். டாக்டர் நரேந்திரனின் மூன்றாவது குற்றம்... அதிதீவிரமானது. பத்து வயதுச்

சிறுவனைத் தப்பாக மருந்து கொடுத்துக் கொன்றது. அந்தப் பையன் பெயர் ரவி. மிக புத்திசாலித்தனமான சிறுவன். அவன் அப்பா ஹார்பரில் சூப்பிரடெண்டாக வேலை செய்கிறார். ஒரே மகன். அவனுக்கு ஒருமுறை உடல் நலம் சரியில்லாமல் இருந்து, டாக்டர் நரேந்திரனிடம் கொண்டு சென்றபோது, அவர் செலுத்திய ஊசியின் விளைவால் அந்தச் சிறுவன் துர்மரணம் அடைந்தது இந்தக் கோர்ட்டில் ஆணித்தரமாக நிரூபிக்கப்படும்.

(மறுபடி வலது பக்கத்து மேடை ஒளி பெறுகிறது. டாக்டர் அறை. ஒரு நடுத்தர வயதினரான கணவன் மனைவியும், அருகே சற்று நோயாளியான ஒரு பையனும் டாக்டருக்குப் பக்கவாட்டில் உட்கார்ந்திருக்க)

டாக்டர் : என்ன ரவி... எப்படி இருக்கே?

ரவி : நீங்கதான் சொல்லணும் டாக்டர்.

டாக்டர் : 133 பிரைம் நம்பரா... சொல்லு பார்க்கலாம்.

ரவி : இல்லை டாக்டர். அது ஏழாலே வகுபடும். எனக்குத் தெரிஞ்ச லார்ஜஸ்ட் பிரைம் எழுதிக் காட்டட்டுமா டாக்டர்?

டாக்டர் : எங்கே?

(அவன் எழுத, தாயும் தந்தையும் டாக்டரை சோகத்துடன் பார்க்கிறார்கள்)

டாக்டர் : எதுக்காக கவலைப்படறீங்க? பேர்லயே ஈஸ்வரனை வெச்சுண்டு இருக்கீங்க. நான் இப்ப கொடுக்கப் போற கோர்ஸ் இன்ஜெக்ஷன்லே நிறைய வெற்றி வாய்ப்பு இருக்கு. பார்த்துண்டே இருங்களேன். பளிச்சுன்னு சரியாப் போயிடும்.

ரவி : டாக்டர் மாமா... பாருங்க.

டாக்டர் : அடேயப்பா இவ்வளவு பெரிய நம்பரா? எப்படி பிரைம்னு சொல்ல?

ரவி : அதுக்கு ஒரு கம்ப்யூட்டர் ப்ரோக்ராம் இருக்கு மாமா.

டாக்டர் நரேந்திரனின் விநோத வழக்கு ✳ 17

டாக்டர் : அடேயப்பா. உனக்கு ப்ரோக்ராமிங் தெரியுமா?

ரவி : அதையும் கத்துண்டுட்டேன்.

(தாய் அழத் துவங்க)

ரவி : அம்மா எதுக்கு அழறா?

நாகராஜன்: அந்தச் சிறுவனைக் கொன்ற பாவம் டாக்டருக்கு உரியது. ஒரு புதிய மருந்தை அவன் மேல் பரிசோதித்துப் பார்த்திருக்கிறார். அந்தப் பரிசோதனை எவ்வளவு அபாயகரமானது என்று டாக்டர் கோபிநாத்தின் வாக்குமூலத்தின் மூலம் இந்தக் கோர்ட்டில் ஸ்தாபிக்க இருக்கிறோம். அந்த மருந்து தொடர்ந்து தரப்பட்டுப் பத்து நாட்களில் அந்தச் சிறுவன் இறந்து போயிருக்கிறான்.

(மறுபடி வலது பக்கத்து மேடை ஒளி பெறுகிறது)

தாய் : என் புள்ளை... என் புள்ளை போயிட்டான் டாக்டர். என் புள்ளை.

தந்தை : டாக்டர் டாக்டர்... சரியாப் போயிடும்னு சொன்னீங்களே டாக்டர்?

டாக்டர் : என்ன பண்றது. ரியாக்ஷன் கொஞ்சம் அட்வர்ஸா ஆயிடுத்து. சரியாப் போயிடும்னுதான் மருந்தைக் கொடுத்துப் பார்த்தது. பிராப்தமில்லை. போயிட்டான். உங்களுக்கு இன்னொரு மகன் இருக்கான் இல்லையா?

தாய் : என்ன டாக்டர் ... இப்படிச் சொல்றீங்களே டாக்டர்...

டாக்டர் : என்னம்மா பண்றது? குணமாயிடும்னு நம்பிக்கையோடதான் கொடுக்கறோம். சில வேளைகளிலே சில பேஷண்டுகளுக்கு வேற மாதிரி ரியாக்ட் பண்ணிடறது. ஒரு சாலை விபத்து ஏற்படறதில்லையா? அதில செத்துப் போயிட்டான்னு வச்சுக்க வேண்டியதுதான்.

நாகராஜன் : (தொடர்ந்து) யுவர் ஆனர். டாக்டர் நரேந்திரன் சொன்ன பதில் இது என்று கோர்ட்டில்

நிரூபிக்கப் போகிறோம். சமூகத்தின் உயிரைக் காக்க வேண்டிய பொறுப்புள்ளவரின் பதிலா இது? காக்க வேண்டிய ஊசி, உயிரைப் போக்கி யிருக்கிறது. ப்ரொபஷனல் நெக்ளிஜன்ஸ், மிஸ்யூஸ் ஆப் அத்தாரிட்டி, கல்பபிள் ஹோமி ஸைட், டிரக் ஆக்ட்டுக்கு எதிராக சொந்தத்தில் மருந்து தயாரித்தது... என்று இவரைத் தண்டிப்ப தற்கு சட்ட புத்தகங்கள் எங்கேயும் சட்டங்கள் பரவிக் கிடக்கின்றன.

நீதிபதி : டாக்டர் நரேந்திரன்!

டாக்டர் : யுவர் ஆனர்!

நீதிபதி : உங்கள் வக்கீலின் வாதம் என்ன என்பதைச் சுருக்கமாகச் சொல்ல, அவரைக் கூப்பிடுங் கள்.

டாக்டர் : யுவர் ஆனர். எனக்கு வக்கீல் ஒருவரும் கிடை யாது.

நீதிபதி : அப்படியென்றால்...?

டாக்டர் : என் வழக்கை நானே வாதாட விரும்புகிறேன்.

நீதிபதி : அது சாத்தியமில்லை என்று நினைக்கிறேன். மிஸ்டர் நாகராஜன்... பிரிஸிடெண்ட் ஏதாவது இருக்கிறதா?

நாகராஜன் : இந்தியக் கோர்ட்டுகளில் இருப்பதாக ஞாபக மில்லை.

டாக்டர் : முன்னோடி இல்லையெனில், நான் ஒரு முன் னோடியாக இருக்க விரும்புகிறேன். என் வழக்கை நானே நடத்த விரும்புகிறேன்.

நீதிபதி : ஏன்... எதற்காக...?

டாக்டர் : எனக்கு வக்கீல்களின்மேல் நம்பிக்கை இல்லை.

நீதிபதி : அது பிடிவாதம். என்னையே எடுத்துக் கொள்ளுங்கள், நான் ஒரு வக்கீலாக இருந்து நீதிபதியானவன்.

டாக்டர் : எனக்கு உங்கள் மேலும் நம்பிக்கையில்லை. இந்த வழக்கே ஒரு பாசாங்கு. இந்த வழக்கின் முடிவு தீர்மானிக்கப்பட்டது.

நீதிபதி : வாட் டு யூ மீன்? ஐல் ஹால் யூ ஃபர் கன்டெம்ப்ட் ஆப் கோர்ட். நான் இந்த வழக்கின் ஆரம்ப வாதங்களைத்தான் கேட்டிருக்கிறேன். இல்லாதவற்றை எல்லாம் கற்பனைப் பண்ணிக் கொள்ளாதீர்கள். உங்கள் செய்கைக்கு நியாயம், அது செய்யப்பட்டிருந்ததாக பிராஸிக்யூஷன் நிரூபிக்கிற பட்சத்தில், அதற்குத் தக்கபடி உங்களால் காரணம் காட்ட முடிந்தால், அடுத்த நிமிஷமே உங்களை விடுதலை செய்ய ஆணையிட்டு விடுவோம். எங்கள் நேர்மையைச் சந்தேகிக்க வேண்டாம்.

நாகராஜன் : அது ஒன்றுதான், அவருக்கு இருக்கும் ஒரே டிஃபன்ஸ்.

நீதிபதி : இருந்தும்... உங்கள் கேஸை நீங்களே வாதாடுவதற்கு நான் அனுமதிக்கப் போவதில்லை. மிஸ்டர் நாகராஜன். இந்தப் பிரச்னைக்கு முதலில் தீர்வு காண வேண்டியது அவசியம். அதுவரை கோர்ட்டை ஒத்திப் போடுகிறேன். உடன் நான் எனக்குத் தெரிந்த ஒரு லாயரிடம் பேசி வைக்கிறேன். மத்தியானம் அவரை சம்மதிக்க வைக்கிறேன். மத்தியானம் கைதியை அவரைப் போய் பார்க்க ஏற்பாடு செய்யுங்கள்.

நாகராஜன் : சரி... யுவர் ஆனர். லாயர் யார்?

நீதிபதி : மிஸ்டர் கணேஷ், அவர்தான் இந்தமாதிரி விநோத வழக்குகளை எல்லாம் எடுத்துக் கொள்வார். தி கோர்ட் இஸ் அர்ஜன்ட்.

**(திரை)**

# காட்சி – 2

(இப்போது மேடையின் மையப் பகுதி சற்றே மாற்றப்பட்டு லாயர் கணேஷின் சேம்பர் என்று காட்ட வேண்டும். திரை திறக்கையில் கணேஷ் மேஜையில் உட்கார்ந்திருக்க, எதிரே இயல்பாக விளிம்பில் இளைஞன் வஸந்த் உட்கார்ந்திருக்கிறான்.)

வஸந்த் : என்ன பாஸ்... இந்த மாதிரி தேங்காய்மூடிக் கேஸ் எல்லாம் எடுத்துக்க வேண்டாம்னுதானே சொல்லிக்கிட்டிருக் கேன்?

கணேஷ் : இல்லை வஸந்த். கைலாசம் நேராகக் கேட்கிற போது... நாம மாட்டேன்னு சொல்றது, நம்ம கேரியருக்கு நல்லதில்லை.

வஸந்த் : என்ன? உடனே நாளைக்கு கூப்பிட்டு, பப்ளிக் பிராஸிக்யூட்டரா ஆக்கப் போறாரா? பாஸ்... அதுக்கெல்லாம் மச்சம் வேணும். பாஸ். புதுசா ஒரு பொண்ணு லாயர் வந்திருக்கு. நின்னு விளையாடுது. அடாடா... அந்த மூக்குக்கே வலது கையை வெட்டிக் கொடுக்கலாம். சரி, சரி. முறைக்கறீங்க? உம் கேஸ் என்ன... சொல்லுங்க?

கணேஷ் : யாரோ டாக்டர் நரேந்திரனாம், டார்ட்ஸ் ஐபிஸி டிரக்ட் ஆக்ட் எல்லாத்திலேயும் கன்விக்ஷன் கேக்கறாங்க. மால்பிராக்டீஸ்.

வஸந்த் : சரிதான். இனிமே பாக்கி இல்லைபோல இருக்கு. எல்லாத்திலேயும் குத்தியிருப்பாங்க பாஸ். ஒரு அறுவை ஜோக் சொல்லட்டுமா?

கணேஷ் : நோ...

வஸந்த் : ஒரு பாதிரியார் ஆப்ரிக்க பழங்குடி மக்கள் கிட்டே பிரச்சாரம் பண்ணப் போனாராம்.

கணேஷ் : ஏய்... சொல்லியாச்சுடா. ஆட்டு மந்தை ஜோக்கு தானே?

வஸந்த் : சேச்சே. இது வேறே. போனவர் என்ன ஆச்சு. அந்த அபாரிஜின்ஸ்கிட்ட மாட்டிக்கிட்டார்.

அவங்க என்ன, கானிபல்ஸ். சந்தோஷமா மனுசங்களையே ஊறுகா தொட்டுக்கிட்டு சாப்பிடறவங்க. பாதிரியாரை என்ன பண் ணாங்க? உடம்பிலே ஒரு இடம் விடாம ஈட்டி ஈட்டியா ஏத்தி வெச்சுட்டு, பானைலே அவரை வேகப்போடத் தயார் பண்ணிக்கிட்டிருந்தாங்க.

கணேஷ் : ஏண்டா... கொஞ்சம் ரத்தம் வராத ஜோக்கே கிடையாதா உன்கிட்டே?

வஸந்த் : இருங்க. பானைலே அவரைப் போட்டு சாம்பார் பண்றதுக்கு முன்னாடி ஒருத்தன் அவர்கிட்ட வந்து என்ன சாமி... உனக்கு உடம்பு பூரா ஈட்டி குத்தியிருக்கு. பேசாமே இருக்கீங்களே, வலிக் கலையான்னு கேட்டானாம். அதுக்கு அவர் என்ன சொன்னார் தெரியுமா? சிரிச்சாத்தான்யா வலிக்குதுன்னாராம்.

கணேஷ் : நீயும் உன் ஸிக் ஜோக்கும்.

வஸந்த் : கமின்.

(உள்ளே கான்ஸ்டபிள் வர)

வஸந்த் : வாங்க, பெரியசாமி. உங்க மகளுக்கு கல்யாணம் ஆயிடுத்தா?

பெரியசாமி : எனக்கு மகளே கிடையாதுங்களே.

வஸந்த் : அப்ப யாரு மகளுக்கு கல்யாணம் ஆய்டுத்தா?

கணேஷ் : வஸந்த், பி சீரியஸ்.

(டாக்டர் நரேந்திரன் உள்ளே வருகிறார்)

கணேஷ் : வாங்க டாக்டர். கான்ஸ்டபிள், நீங்க வாசல்லே இருக்கலாம். தப்பிப்போற வழி ஏதும் கிடையாது.

வஸந்த் : பெஞ்சி போட்டிருக்கு. கொஞ்சநேரம் படுத்துக் கங்க.

கணேஷ் : உக்காருங்க டாக்டர். கைலாசம் சொன்னார். உங்க கேஸை நீங்களே வாதாடப் போறதா?

டாக்டர் : ஆமா, எனக்கு லாயர்கள் மேலே நம்பிக்கை இல்லே.

வஸந்த் : அப்படிச் சொல்லிட்டா எப்படி? எனக்குக்கூடத் தான் டாக்டர்கள் மேலே நம்பிக்கை இல்லை. இருக்கிற டாக்டர் எல்லாம் கொள்ளை அடிக்கிற வங்கன்னு அபிப்பிராயம். அதுக்காக என்னாலே சொந்தமா ஒரு கத்தியை எடுத்துண்டு அப் பெண்டிக்ஸ் ஆப்பரேஷன் பண்ணிக்க முடியுமா?

டாக்டர் : நீங்க எக்ஸ்ட்ரீம் கேஸை சொல்றீங்க. எனக்கென் னவோ என்னுடைய கேஸை என்னாலேதான் சரியா வாதாட முடியும்னு தோணுது.

கணேஷ் : கோர்ட்டிலே வாதாடறதுங்கறது... அவ்வளவு சுலபமில்லே டாக்டர்.

வஸந்த் : முதல்லே உங்களைப் பேச விட்டாத்தானே, எல்லாத்தையும் அப்ஜக்ஷன் பண்ணித் தள்ளிப் பிடுவாங்க. அது சரி. உங்க கேஸ் என்ன சொல் லுங்க? பிராஸிக்யூஷன்படி பார்த்தா, ஆஸ்பத்திரி யிலே ருத்ர தாண்டவம் ஆடியிருக்கீங்க போல இருக்கே?

கணேஷ் : டாக்டர் எனக்கு மேலாகத்தான் உங்கமேலே குற்றச்சாட்டுகளைப் பார்க்க முடிஞ்சுது. விவரமாச் சொல்லுங்க.

டாக்டர் : விவரம் என்ன விவரம் தட்டுக்கிடறது. அவங்க சொன்னதெல்லாம் நிஜம். நடந்தது.

வஸந்த் : என்னது? நீங்க யார் கட்சி அப்ப?

டாக்டர் : அவங்க சொல்றது மூணு. சரவணன்னு ஒரு பேஷண்டை... இருக்கற குழாயெல்லாம் புடுங் கிட்டு அவர் மூச்சு விடறதை நிறுத்த வச்சேன். அது உண்மைதான். அப்புறம் மஞ்சுளான்னு என் கிளார்க்குக்கு ஆஸ்பத்திரியிலே அபார்ஷன் பண்ணிவைக்க என்னுடைய பதவியை உப யோகிச்சேன்னாங்க. அதும் உண்மைதான். ரவின்னு ஒரு பையன் நான் கொடுத்த

இன்ஜெக்ஷனோட ரியாக்ஷனினாலேதான் இறந்து போனான்.

வஸந்த் : கொஞ்சம் இருங்க. வாசல்லே கான்ஸ்டபிள் இருக்காறான்னு பார்த்துட்டு வரேன்.

கணேஷ் : இரு வஸந்த். டாக்டர், இதையெல்லாம் ஏன் செஞ்சீங்க?

டாக்டர் : செய்ய விரும்பினேன் ; செஞ்சேன், அவ்வளவு தான்.

வஸந்த் : எல்லாத்துக்கும் சேர்ந்து நீங்க தீர்க்காயுசா இருந்தா 125 வருஷம் தண்டனை கிடைக்கும். சரிதான் பாஸ்... இந்தக் கேஸை நாம எதுக்கு வாதாடணும்? வாங்க பேசாமே 'சூப்பர்மேன்' பார்க்கலாம்.

டாக்டர் : உங்க பேர் என்ன?

கணேஷ் : கணேஷ். இது வஸந்த்.

வஸந்த் : கொஞ்ச நாளா எனக்கு முதுகு வலி, உங்ககிட்டே காட்டலாம்னு சின்னதா ஒரு ஐடியா இருந்தது. இப்ப இல்லை.

டாக்டர் : மிஸ்டர் கணேஷ் உங்களை என் கேஸை எடுத்துக்கணும்னு நான் ஒண்ணும் மள்ளாடலை. அந்த ஜட்ஜ்தான் ஏற்பாடு பண்ணியிருக்கார். எனக்குக் கிடைக்க வேண்டிய நியாயம் தண்டனை தான். நான் தயார்.

வஸந்த் : சௌகரியமாப் போச்சு.

கணேஷ் : இரு வஸந்த். நீங்க அதையெல்லாம் செஞ்சதுக்குக் காரணம் இருக்கணும் இல்லையா?

டாக்டர் : இருக்கு. நான் அவங்க எல்லோரையும் காப்பாத் தினேன் அல்லது காப்பாத்த முயற்சித்தேன்.

வஸந்த் : காப்பாத்த முயற்சிச்சு, எல்லாரையும் பம்ப் ஆஃப் பண்ணிங்களா? என்ன சார் இது? சரியான முறுக்கிக்கிட்ட முரண்பாடா இருக்கறீங்களே?

டாக்டர் : இந்தக் கேஸை நீங்க எடுத்துக்கணும்னு நான் ஒண்ணும் பிடிவாதமா இருக்கலியே?

வஸந்த் : நாங்களும் பிடிவாதமா இல்லை. ஏதோ... ஜட்ஜ் தெரிந்த கட்சி...

கணேஷ் : நீங்க ஏன் அப்படி செஞ்சீங்கன்னு சரியாச் சொல்ல மாட்டீங்களா?

டாக்டர் : இத பாருங்க. நீங்க எல்லாரும் ஒரே கட்சி. உங்க எல்லாரையும் விலைக்கு வாங்கலாம். என் கேஸைப் பொறுத்தவரை எல்லாமே தீர்மானிக்கப் பட்ட விஷயம். கடைசித் தீர்ப்புவரை. இன்னிக்கு நான் எழுதிக் கொடுக்கறேன்... தீர்ப்பு என்னன்னு.

கணேஷ் : என்ன?

டாக்டர் : இப்ப அந்த அதிகப்பிரசங்கிப் பையன் சொன் னான் பாரு... அது மாதிரி சிறைத் தண்டனை ஆயுசு பூரா...

கணேஷ் : எப்படி அவ்வளவு தீர்மானமா சொல்றீங்க? கேஸ் இன்னும் ஆரம்பிக்கவே இல்லையே?

டாக்டர் : எல்லோரும் சேர்ந்துண்டு என் மேலே நடத்தற ஒரு கான்ஸ்பிரஸி இது.

கணேஷ் : நாங்க கொஞ்சம் நடத்திப் பார்க்கறோமே. சான்ஸ் கொடுங்களேன்.

டாக்டர் : எனக்கு தண்டனையிலேருந்து தப்பிக்க இஷ்ட மும் இல்லைப்பா.

கணேஷ் : அது வேறே விஷயம்.

டாக்டர் : அந்த மூணாவது குற்றம், அந்தச் சின்னப் பையன்... அவன் மேலே அந்த மருந்தை டிரை பண்ணியிருக்கக் கூடாது. நான் செய்தது குற்றம் தான். அதுக்கான தண்டனையை அனுபவிக்க விரும்பறேன்.

(சற்று உருக்கமாக)

ஹி வாஸ் எ பிரிலியன்ட் பாய். ஒன்பது வயசிலே 150-ஐ க்யூ. சே தப்புப் பண்ணிட்டேன். கணேஷ் நான் செஞ்சது மறுக்க முடியாத குற்றம்தான். மத்த இரண்டும் குற்றமில்லாம இருக்கலாம். ஆனா இது? இது நான் தெரியாம செஞ்ச தப்பு.

கணேஷ் : என்ன செஞ்சீங்க? சொல்லிப் பாருங்களேன். 'ஆக்ட்ஸ் டன் இன் குட்ஃபெய்த்'ன்னு ஒரு கிளாஸ் இருக்கு.

டாக்டர் : இல்லை, திமிர்லே செஞ்சது. நிச்சயம் சரியாப் போயிடும்னு ஒரு அபார தன்னம்பிக்கையாலே திமிர்னாலே செஞ்சது. இல்லை கணேஷ். எனக்கு தண்டனை கிடைச்சுத்தான் ஆகணும். நான் வரேன்.

கணேஷ் : டாக்டர் இருங்க.

டாக்டர் : அவ்வளவுதான் நான் சொல்ல வேண்டியது. பெஸ்ட் ஆப் லக்.

வஸந்த் : *(அவர் சென்ற திசையையே பார்த்துக்கொண்டு)* இத பார்றா...?

டாக்டர் : *(வெளியே)* வாங்க கான்ஸ்டபிள் போகலாம்.

கணேஷ் : ஸ்ட்ரேஞ்ச் மேன். என்ன சொல்றே வஸந்த்?

வஸந்த் : சான்ஸே இல்லே. எப்படி இந்த கேஸை நடத்தறது? கொஞ்சம் பாரானாய்டு ஆசாமின்னு தோணுது.

கணேஷ் : இல்லை. குற்ற உணர்ச்சி இருக்கு. இந்த டாக்டரைப் பத்தி ஏதாவது தகவல் சேகரிச்சியா?

வஸந்த் : காலையிலே கைலாசம் கூப்பிட்டுச் சொன்னதுமே, கொஞ்சம் விசாரிச்சு வச்சேன் பாஸ்.

(பையிலிருந்து குறிப்புகள் எடுத்துப் படிக்கிறான்)

டாக்டர் ஆர். நரேந்திரன். வயசு 49. ஸ்டான்லிலே டிகிரி வாங்கியிருக்கார். அப்புறம் ஜெனரல்

மெடிஸின்லே எம்.டி. வாங்கியிருக்கார். அப்புறம் அமெரிக்கா போயிருக்கார். அங்கே ஜான்ஸ் ஹாப்கின்ஸ்லே கொஞ்ச காலம் வேலை செஞ்சிருக்கார். என்ன என்னமோ இங்கிலீஷ்லே இருக்கற எழுத்துக்களையெல்லாம் பேருக்குப் பின்னாடி ஒட்ட வச்சிண்டிருக்கார். திடீர்னு அமெரிக்காவை விட்டுட்டு, அங்கே இருந்து ஏராளமான சம்பாத்தியம், பேர், புகழ் எல்லாத்தையும் விட்டுட்டு, மெட்ராஸ் திரும்பி வந்து, ஜெனரல் ஆஸ்பத்திரியிலே... முந்தி அவர் சம்பாரிச்சுண்டிருந்த கால்வாசிச் சம்பளத்துக்கே வந்து சேர்ந்திருக்கார்.

கணேஷ் : இண்ட்ரஸ்டிங் வஸந்த். என்ன பண்றே - இந்த மூணு கேஸையும் கொஞ்சம் குளோஸாப் பார்த்து ஃபாக்ட்ஸை மட்டும் தெரிஞ்சு வச்சுக்க.

வஸந்த் : சரியாப் போச்சு. அப்ப நாம இந்த கேஸை எடுத்துக்கப் போறமா?

கணேஷ் : ஆமா,

வஸந்த் : சில்லறை புரளாது. தேங்கா மூடி.

கணேஷ் : அவர் அமெரிக்காவிலே சம்பாத்தியத்தை விட்டதுக்கு நாமும் மெட்ராஸ்லே கொஞ்சம் விட்டுப் பார்ப்போமே. அவர் என்னமோ மனசிலே வச்சிக்கிட்டுத்தான் நம்மோட ஒத்துழைக்க மறுக்கறார்.

வஸந்த் : அதை எப்படி வெளிலே கொண்டு வரது?

கணேஷ் : பார்க்கலாம். கிராஸ் எக்ஸாமினேஷன்லே கொஞ்சம் துழாவிப் பார்க்கலாம். லெட்டஸ் ப்ளே இட் பை தி இயர். நீ அதுக்குள்ளே பிராஸிக்யூஷன் சாட்சிகளோட பட்டியலைக் கேளு. அங்க கொஞ்சம் ரிசர்ச் பண்ணிப் பார்க்கலாம். அவர் எதுக்கு எல்லாமே முன்கூட்டித் தீர்மானிச்ச விஷயம்னு சொல்றார்னு எனக்கு புரியலே.

வஸந்த் : முதல்லே அந்தப் பொண்ணு கேஸைப் பார்க்கலாம் : என்ன பேரு? மஞ்சுளா. அதைக் கொஞ்சம் குடாய்ஞ்சுப் பார்க்கலாம்.

கணேஷ் : மூணையும் பாரு வஸந்த். நாம இந்தக் கேஸை எப்படி நடத்தப் போறோம் தெரியுமா? டாக்டர் நரேந்திரனையும் ஹாஸ்டைல் விட்னஸ் மாதிரி எடுத்துண்டு, அவரையும் கிராஸ் எக்ஸாமிங் பண்ணித் தள்ளிடலாம்.

வஸந்த் : அதுல கொஞ்சம் ஆபத்து இருக்கு பாஸ். இது வந்து 'பெப்பேன்னு' எல்லாத்துக்கும் ஒத்துக் கறதே? தூக்குக் கயிறு மாட்டணும்னா... 'இதோ பாருய்யா, நான் முடிச்சுப் போட்டுத் தரேன்'ங் கிறதே?

கணேஷ் : வேறே ஏதாவது வழி இருந்தா சொல்லு.

வஸந்த் : இருங்க. யோசிக்கறேன்,

(சற்று நேரம் யோசித்து)

வேறே வழியில்லை... பாஸ் :

(வாயில் மணி அடிக்கிறது)

கணேஷ் : யாரு பாரு.

வஸந்த் : *(போய்ப்பார்த்து திரும்பி வந்து)* பாஸ்... ஃபாக்ட்ஸ் நம்மைத் தேடிட்டு வருது. மிஸ் மஞ்சுளா... வாங்க வாங்க... நானே உங்களைத் தேடிட்டு வரலாம்னு இருந்தேன். உட்காருங்க. உட்காராதீங்க. இங்க் பாட்டில் இருக்கு.

மஞ்சுளா : நீங்கதானே கணேஷ்...?

கணேஷ் : ஆமா.

வஸந்த் : நான் வஸந்த், கேள்விப்பட்டிருப்பீங்களே?

மஞ்சுளா : கணேஷ், நீங்க டாக்டர் நரேந்திரனோட கேஸை நிச்சயம் எடுத்துக்கணும். அதுக்கு உண்டான

எல்லா ஒத்துழைப்பையும் தர விரும்பறேன். அதுக்காகத்தான் உங்களைச் சந்திக்க வந்தேன்.

கணேஷ் : ஐ ஸீ. நீங்க பிராஸிக்யூஷன் தரப்பிலே சாட்சி சொல்லப் போறதில்லையா?

மஞ்சுளா : இல்லே. என்னைக் கூப்பிட மாட்டாங்க. கூப்பிட்டா உண்மை வெளிலே வந்துடுமே?

கணேஷ் : உண்மை என்னன்னு உங்களுக்குத் தெரியுமில்லே?

மஞ்சுளா : உங்களுக்கு கேஸ் என்னன்னு தெரியுமில்லே?

கணேஷ் : கொஞ்சம்தெரியும். ஏதோ ஒரு ஆபரேஷனுக்கு உங்களுக்கு உதவி செஞ்சதாகவும் ஆஸ்பத்திரி சலுகையை உபயோகப்படுத்தி உங்களுக்கு...

வஸந்த் : கேக்கறதுக்கே நல்லால்லே.

மஞ்சுளா : அவர் ஆஸ்பத்திரி சலுகைகளை உபயோகப் படுத்தி எனக்கு அந்தக் களங்கத்திலே இருந்து விடுதலை கொடுக்க ஏற்பாடு செஞ்சது நிஜம். ஆனா... அந்தக் களங்கம் எனக்கு ஏற்பட்டதுக்குக் காரணம் அவரில்லே. அவர் எனக்கு விடுதலை தந்தார். அவர் ஏன் அதை செஞ்சார்னு சொல்ல முடியாத அவஸ்தையிலே இருக்கேன். இப்ப தீர்மானிச்சுட்டேன். அது நடந்தது ஒரு சனிக் கிழமை. எனக்கு தெளிவா ஞாபகம் இருக்கு.

(மையத்தில் ஒளி மங்குகிறது. 'மஞ்சுளா மஞ்சுளா' என்று வலப்புறத் திலிருந்து டாக்டர் நரேந்திரனின் குரல் கேட்க, மஞ்சுளா இங்கிருந்து அங்கே செல்கிறாள்.)

மஞ்சுளா : எஸ் டாக்டர்.

டாக்டர் : இன்னிக்கு கொஞ்சம் ஓவர் டைம் பண்றியா? இந்தப் பேப்பரை முழுக்க அடிச்சாகணும். நாளை தபால்லே அனுப்பிக்கணும்.

மஞ்சுளா : சரி டாக்டர்.

டாக்டர் : பஸ் கிடைக்குமில்லே? என் கார் ரிப்பேர், இல்லைன்னா உன்னை உன் வீட்டுலே டிராப் பண்ணிடுவேன்.

மஞ்சுளா : இல்லை டாக்டர். பஸ் கிடைக்கும்.

டாக்டர் : முடிச்சுக் கொடுத்திடு. நாளைக்கு வேணும்னா ஆஃப் எடுத்துக்க.

மஞ்சுளா : சரி டாக்டர்.

டாக்டர் : ரொம்ப இம்பார்டண்ட் பேப்பர் இது. இது பி.எம். ஜேக்கு ஒரு ரிப்போர்ட். குட் நைட்.

(மஞ்சுளா டைப் அடிக்கிற சப்தம் கேட்கிறது. கொஞ்ச நேரத்திற்குப் பிறகு மஞ்சுளாவின் குரல்)

மஞ்சுளா : *(குரல்)* டாக்டர் கொடுத்த டைப்பிங் ஒர்க்கை முடிச்சிட்டு ராத்திரி ஒன்பதரை மணிக்குத் திரும்பி வரேன். பஸ் கிடைச்சது. ஆனா... பஸ் ஸ்டாண்டிலேருந்து வீட்டுக்குப் போற பாதை ஒரு மைல். குறுக்கு வழியிலே போயிடலாம்னு ஒரு தோப்பு வழியா நடக்கறேன்.

(காலடி சப்தம், மஞ்சுளா மேடையின் முன் பகுதியில் பயந்து கொண்டே நடக்க, மெலிய வெளிச்சம். 'யாரு யாரு' என்கிறாள். நிற்கிறாள். 'டேய் கோவாலு... பறவை சிக்கிக்கிச்சுடா'... சரேல் என்று ஒரு கை அவள் வாயைப் பொத்துகிறது. வீறிடுகிறாள். 'விடு விடு என்னை' இப்போது மேடையில் மிக மெலிய வெளிச்சம்தான் இருக்கிறது. சிரிப்புக் கேட்கிறது. 'வாடா... ஒவ்வொருத்தரா வாங்கடா' மஞ்சுளாவின் இரக்கக் குரல்கள் எழுப்பப்படுகின்றன. முழு இருள். மேடை மறுபடி ஒளி பெறும்போது மஞ்சுளா டாக்டர் நரேந்திரனின் அருகில் விசித்து விசித்து அழுது கொண்டிருக் கிறாள்.)

மஞ்சுளா : *(லேசாக)* நாலு பேர் டாக்டர்.

டாக்டர் : மை காட். இதை அன்னிக்கே சொல்றதுக் கென்ன? மை காட்!

மஞ்சுளா : யார்கிட்டே சொல்வேன்! என்ன சொல்வேன்?

டாக்டர் : யார்கிட்டயா? போலீஸ்கிட்டே. உடனே அவங்களை புடிச்சி ஜெனிட்டல்ஸ்லே ஷூட் பண்ண வேண்டாம்?

மஞ்சுளா : டாக்டர், இருட்டு. நான் பாத்ததெல்லாம் கருப்பு முகங்கள்தான். வெறும் மூச்சுக்கள்தான். என் உடம்பு பூராப் பரவின கைகள்தான். வீட்டிலே வயசான அம்மா, ரெண்டு தங்கை, வெறும் பொட்டைக் குடும்பம். போலீஸ்லே சொல்லி அவங்க என்னைக் கேள்வி மேலே கேள்வி கேட்டு... சிரிப்பாச் சிரிச்சு. இல்லே டாக்டர். எனக்கு அந்த மாதிரி சந்தர்ப்பங்களைச் சந்திக்கிறதுக்கு தைரியம் இல்லே. பகல் நேர அவமானத்தைத் தாங்கிக்கத் திராணியில்லை. சூஸைடு பண்ணிக்கலாமான்னு யோசிச்சேன். அம்மாவைப் பார்த்ததும் மனசு வரலை. இன்னிக்குச் சொல்லலாம். நாளைக்குச் சொல்லலாம்னு தள்ளிப் போட்டுண்டே வந்தேன். யார்கிட்டே சொல்றதுன்னு தெளிவாத் தெரியலே. ஆனா இன்னிக்குச் சொல்ல வேண்டிய கட்டாயம் வந்துடுத்து. உங்களைத் தவிர வேறு யாரையும் நினைச்சுப் பார்க்க முடியலே.

டாக்டர் : ஷ்யூராத் தெரியுமா?

மஞ்சுளா : தவறினதே இல்லே டாக்டர்.

டாக்டர் : எத்தனை நாளாச்சு?

மஞ்சுளா : நாற்பத்தி நாலு நாள்.

டாக்டர் : *(யோசித்து)* கன்ஃபர்ம் பண்ணிடலாம். மஞ்சுளா உனக்கு இந்த நிலைமை ஏற்பட்டதுக்கு நானும் ஒரு விதத்திலே காரணம்னு எண்ணிப் பார்க்கறப்ப, எனக்கு அப்படியே வயத்திலே அமிலம் கொட்டினாப்பல இருக்கு. அன்னிக்கு நான் உன்னை லேட்டா வீட்டுக்கு அனுப்பிச்சதாலேதானே இந்த விபரீதம் நடந்து போச்சு?

மஞ்சுளா : இல்லே டாக்டர். நான் குறுக்கு வழியிலே போனதாலே... என் விதியாலே, நான் பண்ண பாவத்தாலே.

டாக்டர் : நான்சென்ஸ். மஞ்சுளா...எல்லாத்தையும் துடைச்சுறலாம். கவலைப்படாதே. இதை உன் வாழ்க்கையிலே ஒரு துர்சொப்பனம் மாதிரி மறந்து போயிட நான் ஏற்பாடு பண்றேன். இந்த ஆஸ்பத்திரி எதுக்கு இருக்கு.

(இண்டர்காமில்)

டாக்டர் சாரதம்மா... கொஞ்சம் இங்கே வர்றீங்களா? என்ன ஒரு அராஜகம். அவங்க நாலு பேரும் எப்படி பனிஷ்மென்ட் இல்லாமத் தப்பிக்க முடியும்? கடவுள்னு ஒருத்தர் இருந்தா, இந்த நிமிஷமே அவங்க மண்டை வெடிச்சு செத்துப் போக மாட்டாங்களா? அவங்களைப் பாம்பு புடுங்காதா? இல்லே நாலு பேருக்கும் காலரா வராதா?

மஞ்சுளா : ஒண்ணும் நடக்காது டாக்டர்.

டாக்டர் : ஆமா. உன்னை மாதிரி ஊமைகள் இருக்கிற வரைக்கும் ஒண்ணும் நடக்காது. இதை ரிப்போர்ட் பண்ணியே ஆகணும்.

மஞ்சுளா : ரிப்போர்ட் பண்ணினா, அதுக்கப்புறம் எனக்குக் கல்யாணம் ஆகுமா? சொல்லுங்க?

டாக்டர் : தேர் மஸ்ட் பி ஸம் யங்ஸ்டர் ஐ ஸே...

மஞ்சுளா : அவனைச் சுட்டுட்டு வாங்க... உடனே ரிப்போர்ட் பண்றேன்.

(டாக்டர் சாரதம்மா நுழைகிறாள். இந்தக் காட்சியை முதல் பகுதியின் மறு பதிப்பாக நடிக்க வேண்டும். மஞ்சுளா அதே போல் உட்கார்ந்திருக்கிறாள். பேசுவதில்லை)

சாரதாம்மா : கூப்பிட்டீங்களா டாக்டர்?

டாக்டர் : சாரதம்மா இவளைத் தெரியுமில்லே?

சாரதாம்மா : பார்த்திருக்கேன்.

டாக்டர் : என் ஆபீஸ் கிளார்க். இவளுக்கு உங்க உதவி தேவையா இருக்கு.

சாரதாம்மா : சொல்லுங்க டாக்டர்.

டாக்டர் : இவ ஒரு மாசம் ப்ரக்னண்டா இருக்கா. ஒரு டி.என்.ஸி. பண்ணி விட்டுடுங்க... உங்க டிபார்ட்மெண்டிலே.

சாரதாம்மா : வாட்?

(அவளைப் பார்க்கிறாள். குனிந்த தலை நிமிரவில்லை)

டாக்டர் : கொஞ்சம் எதிர்பாராதது நிகழ்ந்து போச்சு. டெஸ்ட் பண்ணிப் பார்த்துடுங்க. ப்ரெக்னன்ஸி கன்ஃபர்ம் பண்ணிடுங்க. நாப்பத்து நாலு நாள் ஆகறதாம் பண்ணிடுங்க.

சாரதம்மா : *(அதிர்ந்து)* ஏம்மா உனக்கு கல்யாணம் ஆயிடுத்தா?

மஞ்சுளா : இல்லே.

சாரதம்மா : பின்னே, எப்படி டாக்டர் இது? சர்க்கார் ஆஸ் பத்திரி, இதிலே அபார்ஷன் பண்ணணும்னா, கல்யாணம் ஆனவங்களுக்கு, ஏற்கெனவே குழந்தை இருக்கிறவங்களுக்கு, புருஷனோட சம்மதத்தோடதான் பண்ணணும். இது உங்களுக்கே தெரியுமே டாக்டர்.

டாக்டர் : ஆ! கமான் சாரதா. ரூல்ஸ், ஆர் ரூல்ஸ். ரூல்ஸ் படி பார்த்தா இந்த ஆஸ்பத்திரியிலே ஒண்ணுமே செய்ய முடியாது.

சாரதாம்மா : இருந்தாலும் டாக்டர்... நீங்களே பார்த்திருக்கீங் களே, எத்தனை ஃபார்ம் பில் பண்ணணும்? எவ்வளவு ஸ்டேட்மெண்ட்டு அனுப்பணும்?

டாக்டர் : எல்லாத்தையும் கொண்டாங்க நான் ரொப்பித் தரேன்.

சாரதாம்மா : இருந்தாலும் ஒரு கல்யாணமாகாத பெண் ணுக்குப் பண்றதிலே எனக்கு இஷ்டமில்லே டாக்டர்.

டாக்டர் : ஆல்ரைட். கல்யாணமானதாத்தான் வச்சுக்கங் களேன்?

சாரதா : யாருக்கு?

டாக்டர் : எனக்கு. மீட் மிஸஸ் நரேந்திரன். இப்ப பண்றீங்களா? நான் கையெழுத்துப் போட்டுத் தரேன். எல்லா ஃபாரத்தையும் கொண்டுவாங்க.

(சாரதாம்மா ஸ்தம்பித்து நிற்க)

போம்மா... அவங்கக்கூடப் போ. எல்லாத்தையும் சுத்தம் பண்ணிக் கொடுத்திடுவாங்க. அதுக்கப்புறம் நீ ஃப்ரீ.

(மஞ்சுளா சாரதம்மாவுடன் செல்கிறாள். சாரதம்மா இருட்டிலே விலக மஞ்சுளா மையத்தில் காட்சியில் வந்து கலந்து கொள்கிறாள். கணேஷ் சேம்பரில்)

வஸந்த் : உக்காருங்க. ரொம்ப ஸஃபர் பண்ணியிருக்கீங்க.

மஞ்சுளா : என்னைப் பொறுத்தவரையிலும் அவர் தெய்வம் போல. அபார மனுஷர் சார். நான் ஆஸ்பத்திரி வேலையை விட்டுர்றதா இருக்கேன். வேற எங்கேயாவது போய் செட்டில் ஆகலாம்னு இருக்கேன். போறதுக்குள்ளே அவருக்கு நான் செய்யவேண்டிய கடமை, இந்தக் கேஸிலே அவருக்கு நான் செய்ய வேண்டிய கடமை, இந்தக் கேஸிலே சாட்சி சொல்றது. நான் துணிஞ்சுட்டேன். எனக்குக் கல்யாணம் ஆனாலும் சரி, ஆகாட்டாலும் சரி பரவாயில்லே. எனக்கு விடுதலை கொடுத்தார். அதுக்கு ஒரு சின்ன நன்றிக் கடமையா...

கணேஷ் : கோர்ட்டிலே வந்து சாட்சி சொல்வீங்களா? டிபன்ஸ் தரப்பிலே!

மஞ்சுளா : நிச்சயம் சார்.

வஸந்த் : அடி சக்கை. பாஸ் கேஸ் கொஞ்சம் ஜாடு பிடிக்குது.

கணேஷ் : கவலைப்படாதீங்க. தேவைக்கு அதிகமா உங்களைக் கேள்வி கேட்க மாட்டோம். உங்க அட்ரஸ் கொடுத்துட்டுப்போங்க.

வஸந்த் : அட்ரஸ் தெரியும்... பாஸ்... குறிச்சு வச்சிட்டிருக்கேன்.

மஞ்சுளா : அப்ப நான் வரட்டுமா சார்.

(அவள் போனதும்)

வஸந்த் : 'காப்பதற்கு ஆண் துணை இல்லாத பெண்களை ரேப்புதல் ரொம்ப சுலபம்'ன்னு வள்ளுவர் சும்மாவா சொன்னார்.

கணேஷ் : ஏய்... உனக்கு விவஸ்தையே கிடையாதுடா. வள்ளுவர் உனக்காக ஸ்பெஷலா குறள் எழுதி வெச்சிருக்காரா?

வஸந்த் : பின்ன என்ன பாஸ் நாளைக்கு எப்படி கச்சேரியிலே இறங்கறது?

கணேஷ் : முதல்லே அந்த சரவணன் சம்பவத்தைத்தான் எடுத்துப்பாங்க. கிராஸ் எக்ஸாமினேஷன்லே கொஞ்சம் குழப்பிப் பார்க்கலாம். அதுக்குள்ளே நீ என்ன பண்றே- அந்தச் சரவணன் யாரு? அவருக்கு என்ன வியாதி, எதுக்காக டாக்டர் அவரை சாகடிச்சார்னு விசாரிக்க முடியுமா பாரு. எனக்கென்னவோ உண்மை வேற வடிவத்திலே இந்த கேஸிலே பொதிஞ்சு இருக்குன்னு படுது.

வஸந்த் : இருக்கலாம். அதேபோல அந்தச் சின்னப் பையன் கேஸையும் விசாரிச்சு வைக்கிறேன். அதிலேயும் ஏதாவது வேறே காரணம் இருக்கலாம்.

கணேஷ் : பார்க்கலாம் முதல்லே கொஞ்சம் நூல்விட்டுப் பார்க்கலாம்.

(அவர்கள் பேசிக் கொண்டிருக்கும்போதே மறுநாள் கோர்ட் துவங்குவதற்கு முன் அறிவிப்பாக நாகராஜனின் குரல் கேட்கத் துவங்க, ஒளி மங்குகிறது. சிறிது நேரத்தில் மறுபடி உயிர் பெறுகிறது. டாக்டர் நரேந்திரன் குற்றவாளிக் கூண்டில் நிற்க, எதிரே சாட்சிக் கூண்டில் நர்ஸ் லீலா வந்து நிற்க)

டாக்டர் நரேந்திரனின் விநோத வழக்கு ✻ 35

நாகராஜன் : யுவர் ஆனர். என் முதல் சாட்சி மிஸ் லீலா மிஸ்... நீங்க ஆஸ்பத்திரியிலே எத்தனை வருஷமா வேலை பாக்கறீங்க?

லீலா : பத்து வருஷம்ங்க.

நாகராஜன் : எதிர்த்தரப்பிலே இருக்கிற டாக்டரைத் தெரியுமா உங்களுக்கு?

லீலா : *(பார்க்காமல்)* தெரியும்!

வஸந்த் : பார்க்காமலேயே சொல்றாங்க. யுவர் ஆனர்?

லீலா : வரப்ப பார்த்துக்கிட்டேன்.

வஸந்த் : பாத்துக்கச் சொன்னாங்களா?

நாகராஜன் : யுவர் ஆனர், இந்த மாதிரி சின்ன விஷயங்களுக்கெல்லாம் தடங்கல் செய்தா கேஸ் நடத்தவே முடியாது.

வஸந்த் : என் நண்பருக்கு இது சின்ன விஷயமா இருக்கலாம். எங்களுக்கு ஒரு உயிர் பிரச்னை இது.

நீதிபதி : மிஸ்டர் வஸந்த், நீங்க கவலைப்படாதீங்க. உங்க பிரச்னைகளை கவனிச்சுக்க நானும் இருக்கேன்.

வஸந்த் : அந்த தைரியத்திலேதான் கோர்ட்டிலேயே வந்து நிக்க முடியுது யுவர் ஆனர்.

நாகராஜன் : மிஸ் லீலா, நம்ம டிபென்ஸ் நண்பர்கள் அதிகப்படியா கால விரயம் செய்யறதாலே, சுருக்கமா மார்ச் மாசம் மூணாம் தேதி வார்டு நம்பர் எட்டிலே, என்ன நடந்ததுன்னு சொல்றீங்களா?

லீலா : நான் பேஷண்டைக் கவனிக்கறதுக்கு வார்டு ரூமுக்குள்ளே போனபோது, டாக்டர் நரேந்திரன் பேஷண்டுக்கு உண்டான ஆக்ஸிஜன் சப்ளையையும், குளுக்கோஸ் டிரிப்பையும், பிளட் சப்ளையையும், எல்லாத்தையும் டிஸ்-கனெக்ட் பண்றதைப் பார்த்தேன். 'ஏன் டாக்டர் இப்படிப் பண்றீங்கன்னு' ஆச்சரியப்பட்டுக் கேட்டப்ப,

டாக்டர் 'நடந்தது நடந்தே ஆக வேண்டியது. நீ ஏதும் பார்க்கலை - உறவுக்காரங்களைக் கூப்பிட்டுச் சொல்லு. டெத் சர்ட்டிபிகேட்ல நான் சைன் பண்றேன்னு' சொன்னார்.

நாகராஜன் : நீங்க சரவணனை எப்ப, கடைசியா உயிரோடப் பார்த்தீங்க?

லீலா : காலைலே பத்து மணிக்கு.

நாகராஜன் : இது நடந்தது எப்ப?

லீலா : மத்தியானம் பன்னெண்டு மணி இருக்கும்.

நாகராஜன் : டாக்டர் அந்தக் குழாயெல்லாம் பிடுங்கி விடறப்போ... பாக்கறதுக்கு எப்படி இருந்தார்?

லீலா : ரொம்பப் பதட்டமா, முகமெல்லாம் வியர்த்து இருந்தார். நான் போனப்போ, ஒரு மாதிரி முகம் விகாரமாயிடுச்சு.

நாகராஜன் : அதுக்கப்புறம். டாக்டர் இதைப்பத்தி ஏதாவது பேசினாரா?

லீலா : பேசினார்... ஒரு வாரம் கழிச்சு.

நாகராஜன் : என்ன சொன்னார்?

லீலா : உனக்கு அடுத்த கிரேடுக்கு பிரமோஷன் கொடுக்க ஏற்பாடு செய்யறேன்... அன்னிக்கு அந்த வார்டிலே, அறையிலே நடந்ததைப் பத்தி யார் கிட்டேயும் சொல்ல வேண்டாம்னு சொன்னார்.

(டாக்டர் சிரிக்கிறார்)

நாகராஜன் : டாக்டர். இது உங்களுக்கு சிரிக்கிற விஷயமா இருக்கலாம். இந்தக் கோர்ட்டுக்கு அப்படி இல்லை; கொஞ்சம் கண்ணியத்தோட மரியாதை யோட நடந்துக்கறது நல்லது.

டாக்டர் : போடா.

நாகராஜன் : (திடுக்கிட்டு) யுவர் ஆனர், திஸ் இஸ் தி லிமிட்.

டாக்டர் நரேந்திரனின் விநோத வழக்கு ✳ 37

| | |
|---|---|
| நீதிபதி : | டாக்டர், உங்களுக்கு எச்சரிக்கிறேன்: பிஹேவ் யுவர்ஸெல்ப். |
| டாக்டர் : | இந்தக் கோர்ட்டிலே நடக்கறது எல்லாமே பால்ஸ். அதான் எனக்கு சிரிப்பு வருது. எதுக்காக இந்த வழக்கு? எதுக்காக இத்தனை இழுபறி? நான்தான் குற்றத்தை ஒப்புக்கறேனே? வழக்கே வேண்டாமே? பேசாமே தண்டனை என்னன்னு சொன்னீங்கன்னா... எல்லாரும் பொய் சொல்லாமே வீட்டுக்குப் போகலாம். |
| நீதிபதி : | மிஸ்டர் கணேஷ், என்ன சொல்றீங்க? |
| கணேஷ் : | யுவர் ஆனர். டாக்டர் நரேந்திரன் ஒருவித விரக்தியினாலே பேசறார். அவருக்கு நீதி கிடைக்காதுன்னு ஒரு பயம் இருக்கிறதா தெரியுது. அவர் நடந்துகொண்ட விதத்துக்காக டிபென்ஸ் தரப்பிலே மன்னிப்பு கேட்டுக் கொள்கிறேன். ஆனால், இந்த கேஸ் தொடர வேண்டியது, நீதி மன்றத்தின் பாரபட்சமற்ற தன்மையை நிலை நாட்டுவதற்கு முக்கியம். டாக்டரை நாங்கள் டிபென்ஸ் தரப்பிலே ஒரே சாட்சியாக நிறுத்தும் போது, அவருடைய வினோதமான போக்குக்கு காரணம் தெரியவரும் என்று நம்புகிறோம். |
| நீதிபதி : | டாக்டர், நான் உங்களை எச்சரிக்கிறேன். உங்களைக் கேள்வி கேட்காதபோது, குறுக்கே பேசுவதும் - சிரிப்பதும் கோர்ட்டை அவமதிப்பதாகும். |
| டாக்டர் : | (சிரித்து) அதுக்கு, ஒரு கேஸ் போட்டுட்டாப் போச்சு. |
| கணேஷ் : | டாக்டர், வில் யூ கீப் கொயட். மிஸ்டர் நாகராஜன் யூமே ப்ரொஸீட். |
| நாகராஜன் : | ஷி இஸ் யுவர் விட்னஸ் கணேஷ்! |
| கணேஷ் : | மிஸ் லீலா, சென்ற மார்ச் மாதம் எட்டாம் நம்பரில் நடந்த சம்பவங்களை விவரமாகச் சொன்னீங்க. டாக்டர் பேசின ஒவ்வொரு |

வார்த்தையும் ஞாபகம் இருக்குதில்லையா உங்களுக்கு?

லீலா : மறக்க முடியலிங்க.

கணேஷ் : மார்ச் மூணாம் தேதின்னா... இன்னிக்கு ஒரு வருஷம் ரெண்டு மாசம் ஆயிடுச்சு, இல்லையா?

லீலா : ஆமா. ஆனா நல்லா ஞாபகம் இருக்குதுங்க.

கணேஷ் : ஓ...! போன வாரம் வியாழக்கிழமை; நீங்க என்ன டியூட்டியிலே இருந்தீங்க?

லீலா : இன்டென்ஸ்சிவ் கேர்லே இருந்தேன்.

கணேஷ் : என்ன டியூட்டி?

லீலா : நைட் டியூட்டி?

கணேஷ் : ஏதாவது, குறிப்பிடும்படியா நடந்ததா டியூட்டி யிலே?

லீலா : *(யோசித்து)*ம்... ஞாபகமில்லை.

கணேஷ் : *(ஆச்சரியத்துடன்)* ஞாபகமில்லையா?

லீலா : ஒரு ஆக்ஸிடெண்ட் கேஸ் வந்ததுங்க.

கணேஷ் : என்ன ஆக்ஸிடெண்ட்? எங்க அடி? ஆக்ஸி டெண்ட்லே அடிபட்டவர் பேர் என்ன? அவர் என்ன பேசினார்? பேசினாரா மயக்கத்திலே இருந்தாரா? அவருக்கு என்ன இன்ஜெக்ஷன் கொடுத்தீங்க?

நாகராஜன் : ஐ மஸ்ட் அப்ஜெக்ட், யுவர் ஆனர். டோட்டல்லி இர்ரெலவன்ட்.

நீதிபதி : என்ன மிஸ்டர் கணேஷ். வாட் ஆர் யு எய்மிங் அட்?

கணேஷ் : ஏறக்குறைய ஒரு வருஷத்துக்கு முந்தின சம்பவங் களை இவ்வளவு தெளிவா ஞாபகம் வச்சுக்கிற வங்க... போன வியாழக்கிழமை சம்பவத்தை ஞாபகம் இல்லைங்கிறாங்க?

நாகராஜன் : இது அபத்தமான வாதம். சில சம்பவங்கள் நமக்கு வெவ்வேற காரணங்களினாலே தெளிவாக ஞாபகமிருக்கலாம்.

கணேஷ் : ப்ரிஸைஸ்லி. இந்த சம்பவம் ஞாபகம் வச்சுக்கிட்டிருக்கிற காரணம் என்னன்னுதான் கேட்க விரும்பறேன்.

நாகராஜன் : அது இந்த வழக்கின் குறிக்கோளுக்கு அப்பாற்பட்டது.

கணேஷ் : அப்படி நான் நினைக்கவில்லை யுவர் ஆனர். ஐ வாண்ட் எ ரூலிங் ஆன் திஸ்.

நீதிபதி : ஏம்மா. எப்படி, போன வருஷம் நடந்த அந்த சம்பவத்தை தெளிவா ஞாபகம் வெச்சுக்கிட்டிருக்கீங்க?

லீலா : அவங்க ஞாபகப்படுத்திக் கேட்டாங்க.

கணேஷ் : எவெங்க?

லீலா : போலீஸ்காரங்க.

கணேஷ் : எப்ப?

நாகராஜன் : ஐ மஸ்ட் அப்ஜெக்ட் டு திஸ்... யுவர் ஆனர்.

நீதிபதி : இருங்க இருங்க. சொல்லுங்கம்மா.

லீலா : *(பயந்து)* என்ன சொல்றது?

கணேஷ் : அதான் ஜட்ஜ் கேக்கறாரே... அதாம்மா... உங்களுக்கு யாரு, எந்த விதத்திலே, சாட்சி சொல்லும்படியா சொல்லிக் கொடுத்தாங்க?

நாகராஜன் : *(காட்டமாக)* ஐ அப்ஜெக்ட்.

நீதிபதி : அப்ஜெக்ஷன் ஸஸ்டெண்டட் மிஸ்டர் கணேஷ், நீங்க இந்த மாதிரிக் கேக்கறது சரியில்லை.

கணேஷ் : ஆல்ரைட். இதையே வேறேவிதமாக் கேக்கறேன். உங்களைச் சில நாளைக்கு முன்னாலே, போலீஸ் வந்து பாத்தாங்களா?

லீலா : பாத்தாங்க.

கணேஷ் : பாத்து... இந்தக் கேஸிலே சாட்சி சொல்றியான்னு கேட்டாங்களா?

லீலா : ஆமா.

கணேஷ் : என்ன சொல்றதுன்னும், சொல்லிக் கொடுத்தாங்களா?

நாகராஜன் : யுவர் ஆனர், திஸ் இஸ் தி லிமிட்.

கணேஷ் : யுவர் ஆனர், இந்தக் கேள்விக்கு இந்தம்மா பதில் சொல்ல வேண்டியது மிக முக்கியம்னு நினைக்கிறேன். இந்த சாட்சி சொல்றது எல்லாம் பொய். எல்லாம் போலீஸ் கத்துக் கொடுத்தது. எவ்வரி திங் இஸ்டியூட்டர்ட்.

நீதிபதி : ஒய்? ஒய்? வாட் குட் பி தி ரீஸன்? மிஸ்டர் கணேஷ்! காரணம் சொல்லுங்க? காரணம் என்னன்னு தெரிஞ்சப்புறம் உங்க கேள்வியை அனுமதிக்கிறேன்.

கணேஷ் : டாக்டர் நரேந்திரன் மேலே இருக்கிற பொறாமையா இருக்கலாம்.

நீதிபதி : யாருக்கு?

கணேஷ் : ஹாஸ்பிட்டல்லே உள்ள சக டாக்டருங்களுக்கு.

நீதிபதி : அதை நிரூபிக்கிறதுக்கு சாட்சியம் கொண்டு வரப் போறீங்களா?

கணேஷ் : கொண்டு வரலாம்.

நீதிபதி : சந்தேகமாச் சொல்றீங்க. இந்தக் கேள்வியை அனுமதிக்கிறதுக்கு இல்லை. நீங்க வேணும்னா உங்க கிராஸ் எக்ஸாமினேஷனை போஸ்ட் போன் பண்ணிக்கங்க. அப்புறம் இந்தக் கேள்வி ரெலவண்ட்டுன்னா, கேட்க அனுமதிக்கிறேன். யூ மே ப்ரொஸீட்.

கணேஷ் : வஸந்த்.

(கணேஷ் உட்கார்ந்து கொள்ள, வஸந்த் எழுந்திருக்கிறான்)

லீலா : அவ்வளவுதானே? நான் போகலாமில்லே?

வஸந்த் : இந்தாம்மா. இன்னும் கொஞ்சம் கேள்விகள் பாக்கி இருக்கு. மிஸ் லீலா... உங்க மேலே ஆஸ் பத்திரியிலே ஒரு என்கொயரி நடந்ததில்லே?

லீலா : *(துணுக்குற்று)* எப்போ?

வஸந்த் : சென்ற அக்டோபர் மாதம் டாக்டர் நரேந்திரனின் சில ஒழுங்கு முறைகளை நீங்க மீறினதுக்காக உங்க மேலே புகார் கொடுத்து, என்கொயரி நடந்ததில்லே?

லீலா : அது... வந்து...

(நாகராஜனைப் பார்க்கிறாள்)

நாகராஜன் : ஐ அப்ஜெக்ட், யுவர் ஆனர். இந்தக் கேஸுக்கும் இதற்கும் என்ன சம்பந்தம்?

வஸந்த் : இருக்கிறது யுவர் ஆனர். டாக்டர் கண்டுபிடித்துச் சொன்னதால் இந்தப் பெண்ணுக்கு வேலை போக இருந்து, சம்பளம் வெட்டப்பட்டு, ஒரு மாசம் சஸ்பெண்ட் செய்யப்பட்டு, எல்லாம் ஆகி யிருக்கிறது. டாக்டர் மேலே இந்தப் பெண் மணிக்கு ஏராளமா ஆத்திரம் இருக்க நியாயம் இருக்கிறது. அதனாலே அவருக்கு எதிராகத் தப்பும் தவறுமாக சாட்சி சொல்லக் காரணம் இருக்கிறது என்பதைத்தான் டிபென்ஸ் தரப் பிலே ஸ்தாபிக்க விரும்புகிறோம்.

நீதிபதி : பதில் சொல்லுங்கம்மா.

லீலா : கேள்வி என்ன?

நீதிபதி : உங்க மேலே எதுக்கு என்கொயரி நடந்தது.

லீலா : லேட்டா வந்ததுக்கு.

வஸந்த் : லேட்டா வந்தது மட்டும்தானா?

லீலா : இன்னும் சில குற்றம் இருந்திருக்கலாம். ஞாபக மில்லை.

வஸந்த் : டாக்டர் சொன்னது... செய்தது, மட்டும் தெளிவா ஞாபகமிருக்கும். உங்களுக்கு ஞாபக மில்லைன்னா நான் சொல்றேன்... லேட்டா வந்தது சின்ன முதல் குற்றச்சாட்டு. அதுக்கப் புறம் வர்றது எல்லாம் நினைவிலே இல்லை? ஆஸ்பத்திரியிலே மருந்து திருடி, வெளியே வித்தது. அது என்ன மருந்து... ஆ... பிகாஸ் யூல்ஸ். இப்ப நினைவிருக்கா?

(லீலா மௌனமாக இருக்கிறாள்)

அப்புறம், வார்டுபாய் ஒருத்தனை ஞாபக மிருக்கா? அவன் கூட்டி வந்த ஒரு பொம்பளையை ஞாபகமிருக்கா? அப்புறம்...

(லீலா அழ ஆரம்பிக்கிறாள்)

வஸந்த் : அழறீங்க. அழுதா விட்டுடுவோம்னு நினைச்சுக் காதீங்க. அழுது ஓயறவரைக்கும் காத்திருக்கேன். பதில் சொல்லியே ஆகணும்.

(இரைந்து)

இப்ப சொல்லுங்க. டாக்டர் நரேந்திரனுக்கு எதிரா நீங்க சொன்னதும் அத்தனையும் பொய்தானே?

(லீலா மேலும் அழுகிறாள்)

டாக்டர் : *(சிரித்து)* வஸந்த், சும்மா ப்ரோவீட் பண்ணா தீங்க. அவ என்னைப் பத்தி சொன்ன பகுதி என்னவோ நிஜம்தான், அதிலே அவ பொய் சொல்லலை.

வஸந்த் : டாக்டர்... வில் யூ ஷட் அப்.

கணேஷ் : *(அவசரமாக)* தட்ஸ் ஆல் யுவர் ஆனர்.

டாக்டர் : எதற்கு சொல்ல வர்றேன்னா, அவ மருந்து திருடி இருக்கலாம். மற்ற எவ்வளவோ விஷமங்கள்

பண்ணியிருக்கலாம். ஆனா அதுக்காக இந்த விஷயத்திலே பொய் சொல்றாள்னு சொல்லி, அவளை சத்தாய்க்கிறது நல்லால்லே.

கணேஷ் : டாக்டர். அதெல்லாம் உங்களை எக்ஸாமின் பண்றபோது சொல்லலாம்.

நீதிபதி : *(சிரித்து)* என்னய்யா கேஸு இது?

(நாகராஜனைப் பார்க்க, நாகராஜனும் சிரிக்கிறார்)

நீதிபதி : கோர்ட் இஸ் அட்ஜர்ன்ட் பார் லஞ்ச்!

(கணேஷ், வஸந்த் இருவரும் டாக்டரையே பார்த்துக் கொண்டு நிற்க, மற்றவர்கள் விலகுகிறார்கள். கொஞ்ச நேரம் மூவரும் தனியாக இருக்கிறார்கள்.)

வஸந்த் : ஏன் சார், யானை தன் தலையிலே மண் அள்ளிப் போட்டுக்கிறது மாதிரி, ராவணான்னு குறுக்கே ஏதோ பேசி வச்சுட்டேளே. உங்களை யாராவது ஏதாவது கேட்டாளா?

டாக்டர் : அப்படி இல்லேப்பா, அவ சொன்னது என்னமோ...

வஸந்த் : லுக் டாக்டர். நாங்க எதும் சும்மா, வேற வேலை இல்லாம உங்க கேஸை நடத்தறோம்னு எண்ணிக்காதீங்க. நாங்க உங்க கட்சி. இந்த மாதிரி திடீர் திடீர்னு அரிச்சந்திரத்தனம் எல்லாம் காட்டி பயங்காட்டினீங்க... அவ்வளவு தான். கேஸ் இப்பவே க்ளோஸ், நாங்க இப்பவே அம்பேல். அண்டர் ஸ்டாண்ட்?

டாக்டர் : இருந்தாலும், உண்மைன்னு ஒன்னு...

வஸந்த் : உண்மை. அது கோர்ட்டிலே கிடையாது டாக்டர். கோர்ட்டில உண்மைக்கு ரூபமே, அந்தஸ்தே வேறே. இங்க இருக்கிறது எல்லாம் வெறும் உண்மை இல்லே. எல்லாம் ஐ.பி.ஸி. தடவின உண்மை.

டாக்டர் : புரியல்லே.

வஸந்த் : எனக்கும் உங்களை சரியாப் புரியல்லே. சொல்லுங்க டாக்டர், உங்களுக்கு, இந்த கேஸ் ஜெயிக்கணுமா வேண்டாமா?

டாக்டர் : உண்மை ஜெயிக்கணும்.

வஸந்த் : அதுக்கு வினோபா பாவே கிட்டே போங்க. கோர்ட்டுக்கு வராதீங்க.

கணேஷ் : இரு வஸந்த். டாக்டர் சரியாக் கேளுங்க. எங்க டயத்தையும் மத்த பேர் டயத்தையும் வேஸ்ட் பண்ண உங்களுக்கு விருப்பம் இருக்காதுன்னு நினைக்கிறேன். லெட்ஸ் கெட் இன் ஸ்ட்ரெய்ட். உங்களுக்கு நாங்க வேணுமா, வேண்டாமா?

டாக்டர் : வேண்டாம்பா. என்னை விட்டுடுங்க.

வஸந்த் : வாங்க பாஸ்... ஏன்?

கணேஷ் : இரு. டாக்டர்... ஏன்?

டாக்டர் : எனக்கு தண்டனை வேணும். தண்டனை கிடைச்சாகணும். அவங்க சொல்ற முத ரெண்டு குற்றத்திலேயும் என் மனச்சாட்சி துல்லியமாகத் தான் இருக்கு. ஆனா மூணாவதிலே நிஜமாகவே தப்பு பண்ணிட்டேன்.

வஸந்த் : படக்கு படக்குன்னு குழாயைப் புடுங்கி விட்டுட்டு, அந்த ஆளைச் சாகடிச்சீங்களா?

டாக்டர் : ஆமா?

வஸந்த் : மனச்சாட்சி, கிளியரா இருக்கா? மனச்சாட்சி என்ன லைப்பாய் சோப்பா?

டாக்டர் : நான் அந்த ஆளைக் கொன்னது, அவருக்கு விடுதலை அளிச்சது மாதிரி. அவர் சொர்க்கத்திலேயோ, நரகத்திலேயோ, எங்கே இருந்தாலும் நான் செஞ்ச காரியம் அவருக்கு முழுமையா தெரிஞ்சிருந்ததுன்னா அவர் என்னை வாழ்த்துவார்.

வஸந்த் : குழாயைப் பிடுங்கினதுக்கா?

டாக்டர் : ஆமா, அவர் செத்துப் போனதுக்கு நாலு மாசத்துக்கு முன்னாடியே... அப்பத்தான் சரவணனை மயக்கத்திலே என்கிட்டே கொண்டுவந்தாங்க. வந்தவுடனே சிம்ப்டம்ஸ் எல்லாம் பார்த்தேன். டீப் கோமா. மயக்கம். ஒரு லம்பார் பங்க்ச்சர் எடுத்துப் பார்த்தேன். ஸெரிப்ரல் ஹெமர்ரேஜ்னு கன்ஃபர்ம் பண்ணிக்கிட்டேன். மூளையிலே இருக்கிற அத்தனை ரத்த நாளங்களும் வெடிச்சுப் போய் எக்ஸ்டென்ஸியா டாமேஜ் ஆயிடுச்சு. ஹைப்பர் டென்ஷன் பேஷண்ட்டு. டயாபடிக் வேறே. கவனிக்காமலேயே இருந்திருக்கார். இந்த மாதிரி கோமா கேஸ்களை எல்லாம் மூச்சு விடற இயந்திரம்னுதான் சொல்ல முடியும். மூச்சையும் இதயத்துடிப்பையும் கட்டுப்படுத்தற கேந்திரங்களை பகவான் மூளைக்குள்ளே புதைச்சு வச்சிருக்கார். அது லேசிலே சேதம் ஆகறதில்லை. சரவணனுக்கு அந்த ரெண்டு சக்திகளைத் தவிர, மத்ததெல்லாம் போயிடுத்து. புரள முடியாது, சாப்பிட முடியாது, மலஜலம் முடியாது. எல்லாத்துக்கும் குழாய். சாப்பாட்டுக்குக் குழாய், ரத்தத்துக்குக் குழாய். ஆஸ் பிரேட்டர், லங் மெஷினை வெச்சுக்கிட்டு புஸ்ஸ¬ புஸ்ஸ¬ன்னு துருத்தி அடிக்கணும். கொஞ்ச நேரம் ஒரே மாதிரி பெட்லே விட்டா, பெட் ஸோர் வந்து உடல் அழுக ஆரம்பிச்சுடும். மூச்சு விடற பிணம். அவ்வளவு தான். அவருக்கு நான் விடுதலை கொடுத்தேன். சத்தியமா இன்னும் ஒரு மாசத்திலேயோ, ஒரு வருஷத்திலேயோ இன்னும் அழுகி விகாரமாகிச் செத்துப் போறவனுக்கு விடுதலை தந்தேன்.

கணேஷ் : யூத்னேஸியா.

டாக்டர் : இல்லை கணேஷ். நான் செஞ்சது கருணைக் கொலை இல்லை. சரவணனோட சுற்றத்தார் நடந்துகிட்ட விதம்தான் என்னை அப்படிச் செய்ய வச்சது. முதல்லே அவர் மகன் வந்தான்.

(அறை வெளிச்சம் மங்க, வலது பக்கத்து டாக்டர் நரேந்திரனின் அறை உயிர் பெறுகிறது. டாக்டர் நரேந்திரன் இங்கிருந்து இயல்பாகச் செல்ல,

அங்கே கலந்து கொள்கிறார். அறையில் மகன் மேலும் கீழும் நடை பயின்று கொண்டிருக்கின்றான்)

டாக்டர் : என்ன மிஸ்டர் மது?

மது : டாக்டர், இன்னும் எத்தனை நாளைக்கு அப்பா இப்படியே இருக்கப் போறாரு?

டாக்டர் : ஆறு மாசம் அல்லது ஆறு மணி நேரம்.

மது : ஒரு முறையாவது கண் முழிச்சுக்கிட்டு பேசினார்னா பரவாயில்லே.

டாக்டர் : எதுக்கு?

மது : சாவியை எங்கே வச்சுத் தொலைச்சிருக்கார்னு சொல்லிட்டார்னா பரவாயில்லே.

டாக்டர் : சாவியா?

மது : ஆமா டாக்டர். அவரை எப்படியாவது நீங்க எழுப்பியே ஆகணும். அவரோட உயிலை நாங்க பாக்கணும். எல்லாத்தையும் மனசுக்குள்ளே வச்சுக்கிட்டு இருந்திருக்கார். ஒருமுறை வக்கீலை கூட்டி வெச்சுக்கிட்டு, என்னவோ குசுகுசுன்னு பேசினார். அதான் எங்களுக்குத் தெரியும். சொத்தை எப்படி பிரிச்சு வச்சிருக்கார்னு தெரிஞ்ச துன்னா சவுகரியமா போயிடும்.

டாக்டர் : நீங்க எத்தனை பேர்?

மது : ரெண்டு மகன், ஒரு மக, அம்மா.

டாக்டர் : சொத்து அதிகமோ?

மது : அதுக்கென்ன ஏராளமா இருக்குது. ஆனா... ஹி இஸ் எ ஸ்ட்ரேஞ்ச் மேன். எப்படி யாருக்குக் கொடுத்திருப்பார்னு லேசிலே சொல்ல முடியாது. ஏதாவது கிறுக்குத்தனமா செஞ்சிருக் காரான்னு தெரிஞ்சுகிட்டா நல்லது. கடைசி காலத்திலே அவர் ரொம்ப வினோதமா நடந்துகிட்டார். எங்ககூட எல்லாம் சரியாப் பேசலை. எல்லோரையும் திட்டுவார்.

டாக்டர் : ஏன்?

மது : லெட் மி பி ப்ராங்க். அவருக்கு ஒரு மாதிரி ஸெனிலிட்டி வந்திச்சு. கடைசிக் காலத்திலே, கொஞ்ச நாளா மகன் யாரு, மனைவி யாரு, மக யாருன்னு கேக்க ஆரம்பிச்சார். நாங்க என்ன செஞ்சோம், நியாயப்படி அவரை வச்சுக்கிற பொறுப்பை பிரிச்சுக்கிட்டோம். நாலு மாசம் என்கிட்டே, நாலு மாசம் தம்பிக்கிட்டே; நாலு மாசம் தங்கச்சி கிட்டன்னு. நியாயம்தானே? ஹி வாஸ் எ பர்டன் ஆன் ஆல் ஆப் அஸ். பெரிய சுமை. அது அவருக்குப் பிடிக்கலை. எல்லோரும் தன்னை உபயோகப்படுத்திக்கிட்டு, தள்ளாத காலத்திலே காலைவாரி விட்டுட்டாங்கன்னு மனசுலே தப்பா நினைச்சுக்கிட்டார். சொத்தைப் பத்தியோ, பாகம் பிரிக்கிறதைப் பத்தியோ, எங்களைக் கன்சல்ட் பண்ணவே இல்லே. அதாவது... கொஞ்ச காலத்துக்குள்ளே போயிரு வாருன்னு... காத்திருக்கலாம்.

டாக்டர் : இல்லைன்னா?

மது : வில்லைப் பாக்க முடிஞ்சதுன்னா நல்லது.

டாக்டர் : வக்கீலைக் கேட்டுப் பாருங்களேன்.

மது : அந்த ஆளு ரொம்ப மோசம். கேட்டா சொல்ல மாட்டேங்கறாரு. பெரியவரு ஸ்ட்ரிக்டா உத்தரவு கொடுத்திருக்காராம். தான் செத்ததுக்கு அப்புறம் தான் வில்லைப் படிச்சுக் காட்டலாம்னுட்டு. அதுக்குத்தான் நீங்க உதவி செஞ்சீங்கன்னா?

டாக்டர் : என்ன உதவி? சாக அடிக்கணுமா, பொழைக்க வைக்கணுமா?

மது : ஏதாவது ஒண்ணு. சீக்கிரம் செஞ்சீங்கன்னா சரி. எங்களோட பொறுமை காலியாயிட்டு வருது. பாசம் அது இதுன்னு சொல்வாங்க. எல்லாத் துக்கும் எல்லை இருக்கு. எத்தனை நாளைக்கு சும்மா மூச்சு விடற ஒரு உடம்பையே

பாத்துக்கிட்டு இருக்கிறது? பைத்தியம் பிடிச் சிடும்போல இருக்கு.

டாக்டர் : ஓகோ, புரியுது. உங்களுக்கு இப்ப என்ன? உங்கப்பா வேணாம். இல்லையா? அவர் வில்லுலே இருக்கற விஷயம் என்னான்னு தெரிஞ்சுக்கணும். அவ்வளவுதானே?

மது : ஏறக்குறைய அப்படித்தான். நீங்கதானே சொல் றீங்க அவர் பொழைக்கிறது. அபுரூம்னுட்டு

டாக்டர் : பெட்டியை உடைச்சுப் பாத்துடுங்களேன், ஏன்னா இவரு எப்படி, எப்பப் போவாருன்னு சொல்ல முடியாது. என்னைப் பொறுத்தவரையில், அவர் மூச்சு விடற மிஷின், அவ்வளவுதான். பெட்டியை உடைச்சா கோவிக்க அவருக்கு நினைவு வரும்னு தோணலை. உங்களுக்கோ காத்திருக்க முடி யாதுன்னு தோணுது.

மது : இல்லீங்க, அநாவசியமா பிரதர் சிஸ்டர் மதர் குள்ளே நாளுக்கு நாள் மனஸ்தாபம் அதிகரிச்சுக் கிட்டே போவுது. எல்லாரும் தெரிஞ்சுக்க ஆசைப் படறாங்க. ஆனா அந்த இரும்புப் பெட்டியை கிழம் சுவத்தோட சுவரா பதிச்சு வச்சிருக்குது. திறக்கறதுக்கு வெல்டிங் செட், கடப்பாறை எல்லாம் வேணும். சாவி எங்கேயோ வச்சிருக்கு. சொல்லாமே மயக்கமாயிட்டாரு.

டாக்டர் : கொஞ்சம் ட்ரிக்கியாகத்தான் இருக்கு.

மது : உடம்பு பூரா பார்த்துட்டோம். அர்ணாக் கயிறிலே எங்கேயாவது கட்டி வச்சிருக்கான்னுகூடப் பார்த் துட்டோம். கிழம் எங்கேயா ஒளிச்சி வெச்சிருக்கு. ஆஸ்பத்திரியிலே அட்மிட் ஆறபோது அர்ணாக் கயிறை அவுத்துக்குவாங்களா? எங்கயாவது வச்சிருப்பாங்க?

(மதுவின் தம்பி பரபரப்புடன் வருகிறான்)

நாராயணன் : அண்ணே, இங்கே இருக்கியா?

மது : என்ன நாணா?

நாராயணன் : சாவி கிடைச்சிருச்சு. தாத்தா படத்துக்குப் பின்னாலே இருந்துருச்சு. ரொம்ப சாமர்த்தியமா ஒளிச்சு வச்சிருந்திருக்காரு.

மது : (ஆச்சரியத்துடன்) அட, பரவாயில்லையே? திறந்துட்டியா?

நாராயணன் : ஆமா, திறந்துட்டேன். ஏண்டா திறந்தோம்னு ஆயிருச்சு.

மது : ஏன்? வில்லு காப்பி இல்லியா?

நாராயணன் : இருக்கு. அதான் பிரச்னை. இப்ப கிழம் என்ன செஞ்சிருக்கு தெரியுமா? அத்தனையும் சரசு பேருக்கு எழுதி வச்சிருக்கு.

மது : (அதிர்ந்து போய்) என்னது? அடப்பாவி. எங்க அம்மா கேட்டா, மயக்கமா விழுந்திடுவா?

நாராயணன் : எல்லாம் கிழவன்கிட்ட உக்கார்ந்துட்டு பணிவிடை செய்துகிட்டு இருக்காங்க. பாத்திங்களா சார் நியாயத்தை? இந்தக் கிழவனுக்கு நாங்க கடைசிக் காலத்திலே மாஞ்சி மாஞ்சி பண்ணதுக்கு கடைசி பலன், சரசுக்கு எல்லாத்தையும் கொடுத்திருக்கே. என்ன திமிர் இருக்கணும்?

டாக்டர் : சரசு யாரு? மகளா?

மது : மகளுமில்லே, மண்ணாங்கட்டியுமில்லே.

நாராயணன் : (உயில் வாக்கியத்திலிருந்து நினைவுடன்) 'என் சர்வ சங்கதிகளும் புத்தி கூர்மை உள்ள இந்தக் கணத்தில் என் வளர்ப்பு மகள் சரஸ்வதிக்கே என் சொத்துக்கள் அத்தனையும்...' பிளடிஷ்ஷ்ஷ்ஷிட்...

மது : வளர்ப்பு மகளும் வைப்பாட்டியும்னு எழுதியிருந்தா தகுதியா இருந்திருக்கும். அம்மாவுக்குத் தெரியுமா?

நாராயணன் : தெரியும். பினாத்திக்கிட்டு இருக்காங்க. கிழவரை புடிபுடின்னு புடிச்சிக்கிட்டு இருக்காங்க!

அவருக்கு கேக்குதோ கேக்கலையோ, தன் ஆத்தாமையைச் சொல்லி அழுதுகிட்டு இருக்காங்க.

மது : பாத்தீங்களா டாக்டர்?

நாராயணன் : மது. இதுக்கு ஏதாவது ஒரு வழி பண்ணியாகணும். டாக்டர், நீங்கதான் உதவி செய்தாகணும். எப்படியாவது அவரை கொஞ்ச நேரம் ஒரு அஞ்சு நிமிஷம் முழிச்சுக்க வச்சிருங்க. ஒரே ஒரு கையெழுத்தை வாங்கிக்கிட்டு விட்டுடறோம்.

டாக்டர் : நான்தான் சொன்னேனே, அது என் கையிலே இல்லைன்னு.

மது : *(கவலையுடன்)* இப்ப அவுரு மறுபடி முழிச்சுக்க சான்ஸே இல்லைங்கிறீங்களா?

டாக்டர் : அதுவும் சொல்ல முடியாது. கோமால இருக்கற பேஷண்டுகள், எப்பவாவது திடீர்னு லூஸிடா ஆனாலும் ஆவாங்க.

நாராயணன் : டாக்டர், என்ன செலவானாலும் ஆயிட்டுப் போவுது. ஒரு கையெழுத்துக்கு மட்டும் அவரை முழிக்க வையுங்க.

மது : டேய், நீ போய் நம்ம வக்கீலைப் பார்த்து உடனே வேறே ஒரு டிராப்டு போட்டுத் தரச் சொல்லு. பக்கத்திலேயே வச்சிருக்கலாம். ஞாபகம் வந்த உடனே வாங்கிறலாம்.

நாராயணன் : மாட்டேன்னு சொன்னா?

மது : மாட்டேன்னு சொல்லிடுமா? பாத்துறலாம்.

டாக்டர் : *(சிரித்து)* சரியான ஆளுங்கப்பா, அவரைக் கடைசி காலத்திலே சரியா கவனிச்சுக்கிட்டிருந்தீங்கன்னா இந்தச் சிக்கல் வந்திருக்காது இல்லே.

மது : நீங்க ஒண்ணு. கிழவனை உங்களுக்குத் தெரியாது. எல்லாம் மரியாதையாத்தான் நடத்தினோம். கிழம் லேசுப்பட்டதில்லை.

டாக்டர் : நல்ல மரியாதைதான்.

டாக்டரின் குரல் : சரவணன் படுத்திருந்த ஸ்பெஷல் வார்டு அறையில் அப்புறம் இந்த விநோத நாடகம் தொடர்ந்தது.

(அவர்கள் மூவரும் அந்த அறையை நோக்கி நடக்க ஒளி அவர் களைத் தொடர்கிறது:)

இடது பக்கத்து மேடையில் மறுபடி சரவணன் படுத்திருக்கும் அறைக்கு வருகிறோம்.

(இப்போது மூடியிருந்த திரை விலகி, கட்டிலில் அசையாமல் சரவணன் படுத்திருக்க அவர் மனைவி அருகே ஆத்திரத்துடன் அரற்றிக் கொண்டிருக்கிறாள்)

மனைவி : ஏன்ய்யா... உனக்கு பதினைஞ்சு வயசிலேருந்து சோறாக்கிப் போட்டு, உம் புள்ளைகளை எல்லாம் சுமந்து உன்கிட்டே அடிமாடு மாதிரி உழைச்சதுக்கு இதுதான் பலனா? எவளோ ஒரு சிறுக்கிக்கு அத்தனையும் கொடுத்திட்டி யேய்யா. நீ நல்லா இருப்பியா? சொல்லுய்யா? சொல்லு. நான் என்ன தப்பு செஞ்சேன்? நாங்க என்ன பாவத்தைச் செஞ்சோம்? ஏன் இப்படி ஊர் சிரிக்கப் பண்ணிட்டீங்க?

(கட்டிலை ஆட்டுகிறாள், கன்னத்தைத் தடவுகிறாள். உடல் ஒரு ஜடப் பொருள்போல அசைகிறது.)

டாக்டர் : *(உள்ளே நுழைந்து)* ஒதுங்குங்கம்மா, பேஷண்டுக்கு முன்னாலே இப்படிச் சத்தம் போட்டீங்கன்னா எப்படி?

மனைவி : *(ஆக்ரோஷத்துடன்)* எனக்கு இந்த மனுஷனைக் கேட்டாகணும். இன்னைக்கு இவர் பதில் சொல்லியாகணும். எங்கே அந்த சரசு? சரசு... சரசு...

(சரசு பிளாஸ்க்குடன் வருகிறாள்)

சரசு : என்னம்மா? கூப்பிட்டீங்களா!

மனைவி : பாத்தியாடா, என்ன ஆதரவா பேசறா? சரசும்மா உனக்கு விஷயம் தெரியுமா? உன்னைப் பெத்த அப்பா உனக்கு எல்லாத்தையும் கொடுத்திட்டு போயிருக்காரு.

சரசு : *(அமைதியான சாதுவான பெண்)* புரியலேம்மா.

மனைவி : புரியலையா? நம்ம சாம்ராச்யத்துக்கு அடுத்த வாரிசு நீதாண்டி, மகாராணி. எங்களுக்கெல்லாம் கிழவனாரு கொழைச்சு நாமத்தைப் போட்டுட்டு படுத்திருக்காரு பாரு பொணங்கணக்கா.

மது : *(அதட்டி)* அம்மா.

மனைவி : ஆமாடா, நான் சொல்லுவேன். இதுக்கு மூத்திரம் கொட்டினதுக்கு நமக்கெல்லாம் கெடச்ச பலனைப் பாத்தியா? ஏண்டி, எத்தனை நாள் தாத்தா பக்கத்திலே படுத்துக்கிட்டிருந்தே?

டாக்டர் : தட்ஸ் தி லிமிட். கெட் அவுட் ஆல் ஆப் யூ.

மனைவி : *(அடக்க முடியாமல்)* எத்தனை நாள் எல்லாத் தையும் அவுத்துக் காட்டினே. தூ... வெக்கமா இல்லே? இந்த வயசிலே கிழவனை மயக்கி, சொக்குப்பொடி போட்டு, எல்லாப் பணத்தை யும் வாங்கி வச்சுக்கிட்டியே, நீ உருப்புடுவியா? நீயும் இந்த ஆளு மாதிரி படுக்கறதுக்கு எத்தனை நேரமாவும்?

நாராயணன் : நீ வாம்மா, இதைப் பாத்துறலாம்.

(சரசுவை முறைத்து விட்டு, அரற்றிக் கொண்டிருக்கும் அம்மாவை இழுத்துச் செல்கிறான்)

சரசு : *(சிரித்து)* வேடிக்கையான ஜனங்க டாக்டர்.

(அவள் பேஷண்டின் அருகில் சென்று, மயக்கத்தில் இருக்கும் சரவணனிடம் பரிவாகப் பேசுகிறாள்)

அப்பா, இதெல்லாம் உனக்குக் கேக்குதாப்பா? கேக்கக் கூடாது. கேட்டா உன் மனசு என்ன பாடுபடும். டாக்டர் இப்ப நாம பேசறது இவருக்குக் கேக்குமா?

டாக்டர் : கேக்காதுன்னுதான் நாங்க நினைச்சுக்கிட்டு இருக்கோம்.

சரசு : கேட்டதுன்னா, இவர் மனம் என்ன புண்படும். அப்பா நீங்க கவலைப்படாதீங்க. அவுங்கவுங்க புத்தியைக் காண்பிக்கறாங்க. அவ்வளவுதான். அப்பா கேக்குதா? நான் எல்லாத்தையும் நீங்க சொன்னபடியே செய்து காட்டறேன்னா இல்லியா பாரு. நீ சொன்னது ஒண்ணுவிடாம நடத்திக் காட்டறேம்பா.

டாக்டர் : அவர் என்ன சொன்னார்?

சரசு : கடைசி காலத்திலே நாலுபேரும், மது, நாராயணன், கிருபா, அவங்கம்மா நாலு பேரும் சேர்ந்து அலைக்கழிச்சிருக்காங்க பாருங்க, நாய்பட்ட பாடு பட்டிருக்கார். பராலிஸ் வந்து ஒரு பக்கம் விளங்காமப் போயி, நடக்க முடியாமப் போயிருச்சு. அவரை எல்லாத்துக்கும் தூக்கிட்டுப் போகும்படியா ஆச்சு. இவங்கதான் என்னைக் கூட்டிக்கிட்டு வந்தாங்க. 'ஊர்ல இருக்கியே, சோத்துக்குக் கஷ்டப்பட்டுக்கிட்டு இருக்கியே, வந்து பெரியவருக்கு வேண்டியதை எல்லாம் செய்யுன்னு' இவங்கதான் கொண்டாந்து வச்சாங்க. நான் செஞ்சது தவறா சார். பெரியவர் கிட்டே அன்பா பேசினது தவறா? அவரை கொல்லைப் பக்கம் தூக்கிட்டுப் போயி குளிப் பாட்டிவிட்டு, படிச்சுக்காட்டி வேளைக்கு சாப்பாடு போட்டு, இவங்க செய்யவேண்டியதை எல்லாம் நான், ரத்த சம்பந்தமில்லாத நான், செஞ்சதுக்கு அவுசாரிப் பட்டம், நன்றி கெட்ட பன்னாடைங்க.

(அழுகிறாள்)

டாக்டர் : சொத்தெல்லாம் உன் பேர்ல எழுதி வச்சுட்டார் போல இருக்கே?

சரசு : அது இப்பதான் உரைக்குது அவங்களுக்கு. நான் அதிலே ஒரு காசு தொடப் போறதில்லே. அவரு

சொல்லிக்கிட்டே இருப்பாரு. இந்த மாதிரி மனைவி மகன்களாலே நிராகரிக்கப்பட்ட வய சானவங்க எத்தனை பேரு இருப்பாங்க. அவங் களுக்கு ஏதாவது செய்யணும் சரசு. அவங்களுக்கு ஒரு சரணாலயம் மாதிரி ஏதாவது செய்யி. இல்லம் மாதிரி கட்டணும்னு சொல்லுவாரு. ரொம்பக் கொடுமை டாக்டர். எனக்கு ஒரு பயம் இருந் துட்டே இருக்கு. பெரியவருக்கு முன்னாலே அந்தம்மா இந்தச் சத்தம் போட்டுதே. பார்த்தீங் கல்லே ஒரு வேளை.

(உணர்ச்சியுடன்)

இதெல்லாம் அவருக்குக் கேட்டுக்கிட்டு இருந்து அவராலே செயல் ரீதியிலே ஏதும் பண்ண முடியாம, வார்த்தைகள் மட்டும் கேட்டுக்கிட்டே இருந்ததுன்னா, அந்த உள்ளம் எவ்வளவு பாடு படும்?

ஒளி சிறிது சிறிதாகக் குறைகிறது.

டாக்டரின்
குரல் : எனக்கு சரசு சொன்னது சுருக்குன்னு உறைச்சது. ஒருவேளை அவ சொல்றமாதிரி அவர் படுக் கையைச் சுத்தி நடக்கிறது அவருக்கு நிஜ மாகவே கேட்டுதுன்னா? கோமா பத்தி எங்க ளுக்கு எவ்வளவு தெரியும். ஒருவேளை அவர் ஒருவிதமான மேம்போக்கா ஸ்டுப்பர்ங்கிற நிலையிலே இருந்து எல்லாத்தையும் கேட்டுக் கிட்டு இருக்கார்னா என்ன ஒரு பரிதாபமான நிலை அது?

(இப்போது மேடையில் இரு பகுதிகளிலும் ஒளி பெருக, கணேஷ், வஸந்த் முன் டாக்டர் உட்கார்ந்திருக்க, இடது பகுதியில் ஆஸ்பத்திரி அறையில் சலனமின்றி சரவணன் படுத்திருக்க அவர்கள் பேச்சில் லாமல் மைமில் கிழவனாரை சதா திட்டிக் கொண்டிருக்கும் சைகைகள் மட்டும் தெரிய...)

டாக்டர் : தினம் படுக்கை பக்கத்திலே அவங்க போட்டுக் கிட்ட சண்டையும் கூச்சலும்... அப்பப்பா...

எல்லாத்தையும் அவர் கேட்டுக்கிட்டிருந்தா? பேச முடியாத, உடம்பை அசைக்க முடியாத அரை மயக்க நிலையிலே அவர் இதையெல் லாம் கேட்டுக்கிட்டிருக்கலாம்கிற சாத்தியத்தை எண்ணிப் பார்க்கப் பார்க்க எனக்குத் தோணித்து, ஏன் இந்த சித்ரவதை? எனக்குத் தெரிஞ்ச வரைக்கும் அவ்வளவு மாஸில்ஹெமர்ரேஜ்க்கு அப்புறம் எவரும் பிழைச்சதே இல்லை. எதுக்காக இந்தச் சித்ரவதை? இவருக்குக் குழாய் மூலம் எல்லாத்தையும் கொடுத்து, என்னத்தை சாதிச்சுக்கிட்டிருக்கோம். உயிருள்ள பிணத்தை, அந்த மயான நிலையை மேலும் மேலும் நீடிக் கிறதிலே என்ன சாதிக்கிறோம்? எனக்குப் புரியவே இல்லை. யோசிச்சுப் பார்த்தா, அவ ருக்கு இதிலேருந்து விடுதலை கொடுக்கிறதுங் கறதுதான் ஒரு மகத்தான கருணையுள்ள காரியமா இருக்கும்னு பட்டது. பார்த்தேன். தீர்மானிச் சேன். நேராப் போனேன்.

(எழுந்திருக்கிறார். அங்கே செல்கிறார்)

(காட்சி ஆஸ்பத்திரியில் அறையில் மறுபடி தொடர்கிறது. முதல் காட்சியின் இந்தப் பகுதியின் மறு பிரதி இது)

*டாக்டர் :* என்னங்க, பேஷண்டை சுத்தி இத்தனைக் கும்பல். வெளில வாங்க.

*மது :* வாங்க டாக்டர்.

*டாக்டர் :* எப்படி இருக்காரு இன்னிக்கு?

*மது :* நோ சேஞ்ச் டாக்டர்.

*டாக்டர் :* சிஸ்டர். எங்கே யூரின் ஸாம்பிள் எடுத்தாங்களா? மாத்திரை பொடி பண்ணி கரைச்சுக் குடுத்தாங் களா?

*மனைவி :* டாக்டர், இந்த மாதிரி எத்தனை நாளுக்குக் கண்ணைத் திறக்காமே படுத்திருப்பாரு. எனக்கு அப்படியே எங்கேயாவது ஓடிப்போயிடலா மான்னு தோணுது. பாவம். அவர்தான் எவ்வளவு

கஷ்டப்படறாரு. எப்ப டாக்டர் கண் முழிச்சுப் பாப்பாரு? எங்களை எல்லாம் பார்த்துச் சிரிப் பாரு, பேசுவாரு?

டாக்டர் : சீக்கிரமா... சீக்கிரமே.

மது : அப்பாவுக்கு சரியாயிடுமா டாக்டர்?

டாக்டர் : மிஸ்டர் மது, கொஞ்சம் தனியாக வாங்க.

மது : என்ன டாக்டர்?

டாக்டர் : உங்கப்பா பிழைக்கிறதுக்கு சான்ஸே இல்லை. இட்ஸ் ஒன்லி எ கொஸ்டியன் ஆப் டைம்.

மது : டாக்டர், அப்படிச் சொல்லாதீங்க டாக்டர். என்ன செலவு ஆனாலும் சரி, எத்தனை நாளானா லும் சரி, எப்படியாவது அவரை எழுப்பிடுங்க.

டாக்டர் : இன்னைக்கு மருத்துவ சாஸ்திரத்திலே உள்ள எல்லா முயற்சிகளும் செய்திட்டிருக்கோம். இருந்தாலும், பிழைச்சு எழறதுக்கு சான்ஸ் ஒரு சதவிகிதம்தான்னு சொல்வேன். அப்படி எழுந் தாக்கூட முழு மனிதனா எழுந்திருக்க மாட்டார்.

மது : அந்த ஒரு சதவிகிதத்தை முயன்று பாருங்க டாக்டர். அவர் பிழைச்சே ஆகணும். நேத்திக்கு மாரைப் பிராண்டி பிராண்டி எழுப்பிப் பார்த்த தும், ஒரு தடவை முழிச்சுக்கிட்டார் டாக்டர்.

டாக்டர் : அப்படியா? என்கிட்டே இதைச் சொல்லவே இல்லையே?

மது : எனக்கென்னவோ அவர் எழுந்திருச்சுடுவார்னு தான் தோணுது.

டாக்டர் : முயற்சி பண்றோம். முயற்சி பண்றோம். ஆனா எதும் தீர்மானமா சொல்றதுக்கில்லே.

மது : ப்ளீஸ் டாக்டர். உங்களாலே ஆகாதது இல்லே.

(லேசாக அழுகிறான்)

அவர் எழுந்தாகணும்.

(கையில் உயில் பிரதி வைத்திருக்கிறான்)

டாக்டர் : மனசைத் தேத்திக்கங்க. இப்ப நீங்கள்ளாம் கொஞ்சம் வெளியே போறீங்களா? பேஷண் டோட என்னைத் தனியா விடறீங்களா?

மது : சரி டாக்டர். அம்மா, வா போகலாம்.

(ஆத்திரத்துடன்)

சரசு வா, கிருபா வா.

அம்மா : உங்களைத்தான் மலைபோல நம்பியிருக்கோம் டாக்டர். எப்படியாவது அவரை... *(அழுகிறாள்)*

டாக்டர் : கவலைப்படாதீங்க. நான் பார்த்துக்கறேன்.

(அவர்கள் மெதுவாக வெளியே செல்ல, டாக்டர் பேஷண்டையே கண்கொட்டாமல் பார்த்துக் கொண்டிருக்கிறார்)

டாக்டரின் குரல் : பாவம் பாலனாய்க் கழிந்த நாளும்-பனி மலர் கோதை மார்தம்-மேலனாய்க் கழிந்த நாளும் - மெலிவொடு மூப்பு வந்து கோலனாய் கழிந்த நாளும் - குறிக்கோள் இலாது கெட்டேன்னு திருநாவுக்கரசர் சொன்னதுபோல, யாருக்காகச் சம்பாதிச்சான். எதற்காகச் சம்பாதிச்சான்? படுக்கைக்கடியில் குழாயடிபோல, எச்சிலை இலைக்காகப் பறக்கிற நாய்கள் போல, சுற்றத் தார் சொத்துக்காகப் பறக்கறதுக்கு. எனக்கு அந்த சந்தேகம் வலுவாயிடுச்சு. பெரியவர் எல்லாத் தையும், இந்த நாடகம் பூரா கேட்டுக்கிட்டுத் தான் இருக்கார்னு. இதே எட்டு நாட்கள் கழிந்து அல்லது எட்டு மாசம் கழிச்சு நிச்சயம் இன்னும் விகாரமாகி, இன்னும் அழுகி செத்துப் போறப் போறவருக்கு இப்பவே விடுதலை கொடுத்தா என்ன? ஒரு வேளை ஃப்ரீக்கா முழிச்சுக்கிட்டு ஒரு கையெழுத்தைப் பலவந்தப்படுத்தி அவங்க வாங்கிக்கிட, இன்னும் சோகப்படுத்தி செத்துப்

போகப் போறவருக்கு இப்பவே விடுதலை கொடுத்தா என்ன? தீர்மானிச்சுட்டேன்.

டாக்டர் : கிழவனே, நீ இனிமே உயிரோட இருக்கிறதும் ஒண்ணுதான் இல்லாம இருக்கிறதும் ஒண்ணு தான். எதுக்காக அல்லல் படறே? செத்துப் போ? பேசாமப் பிராணனை விடு. உனக்கு எதுக்கு ஆக்ஸிஜன்? உனக்கு எதுக்கு குளுக்கோஸ்?

(ஜீவாதாரமான தொடர்புகளை ஒவ்வொன்றாகப் பிடுங்கி விடுகிறார்)

அவ்வளவுதான். சிம்பிள். ரெண்டு குழாய். மை டியர் சரவணன், ஐ ஆம் ஸாரி. உனக்கு விடுதலை கொடுத்தாச்சு. கொடுத்ததுக்காக உன்னுடைய ஆத்மா எங்கே போனாலும் என்னை வாழ்த்திக் கிட்டே இருக்கும். நம்ப மாட்டீங்க கணேஷ். அந்தக் குழாய்களைப் பிச்சுப் போட்டதும் முதல் முறையாக சரவணன் முகத்திலே ஒரு பொலிவு, ஏன் ஒரு புன்னகையைக்கூடப் பார்த்தேன். ஆசாமிக்கு இருந்திருக்கு.

(டாக்டர் அந்த இடத்தைவிட்டு விலகி, மையத்தில் ஒளி அதிகரிக்கும் வேளையில் தன் மேற்சட்டையும் ஸ்டெத்தையும் கழற்றி கோர்ட்டில் சேர்ந்துகொள்ள, கணேஷும் வஸந்தும் சேர்ந்துகொள்ள, கோர்ட் தொடருகிறது)

நாகராஜன் : *(வழக்கைத் தொடருகிறார்)* யுவர் ஆனர் என் அடுத்த சாட்சியம் டாக்டர் பாலகிருஷ்ணன்.

(பாலகிருஷ்ணன் மேல் ஒளி பரவுகிறது)

நாகராஜன் : உங்க பேரு?

பாலகிருஷ் : பாலகிருஷ்ணன்

நாகராஜன் : தொழில்?

பாலகிருஷ் : ஜி.எச்-ல் நானும் ஒரு டாக்டர்.

நாகராஜன் : எந்த டிபார்ட்மெண்ட்?

பாலகிருஷ் : நானும் டாக்டர் நரேந்திரனும் கலீக்ஸ். ஒரே ராங்க். ரெண்டு பேரும் டெபுடி டைரக்டர்ஸ்.

நாகராஜன் : ஒரு டாக்டர்ங்கற முறையிலே உங்க கடமை என்ன?

பாலகிருஷ் : பேஷண்டைக் காப்பாத்தறது. அப்புறம் ஆஸ்பத்திரியோட விதிமுறைகளுக்குக் கட்டுப் பட்டு இயங்குகிறது.

நாகராஜன் : ஒரு பேஷண்ட்கிட்டே புதிய மருந்துகளை எல்லாம் பரிட்சை பண்ணிப் பார்க்க உங்களுக்கு உரிமை இருக்கா?

பாலகிருஷ் : இல்லவே இல்லை.

நாகராஜன் : அந்த மாதிரி செய்யற டாக்டரை நீங்க எப்படி வர்ணிப்பீங்க?

பாலகிருஷ் : இந்தத் தொழிலுக்கே இழுக்குன்னு மெடிகல் கவுன்சிலேயும் அவரை ரிஜிஸ்டர்லேருந்து பேரை நீக்கிடுவாங்க. அந்த ஆசாமி ஒரு அபாய கரமான மனிதர்னு சொல்லுவேன்.

நாகராஜன் : டாக்டர் நரேந்திரன், கோமாவிலே இருக்கிற ஒரு பேஷண்ட் விஷயத்திலே தன்னிச்சையா, எல்லா இணைப்புகளையும் நீக்கினதைப் பத்தி நீங்க என்ன சொல்றீங்க?

வஸந்த் : அப்ஜெக்ஷன் யுவர் ஆனர், நீக்கினதா இன்னும் நிரூபிக்கப்படலே. அப்படி அவர் நீக்கியிருந்தா அது நியாயமான...

நாகராஜன் : அப்படி அவர் நீக்கியிருந்தா அது நியாயமான செயலா?

பாலகிருஷ் : இல்லை. மிக அநியாயம். அது ஒரு கொலை செஞ்சது மாதிரிதான்.

நாகராஜன் : இஷ்டப்பட்டவங்களுக்கு அபார்ஷன் பண்ணி வைக்கிறதுக்கு ஆஸ்பத்திரியிலே ரூல்ஸ் இருக்கா டாக்டர்?

பாலகிருஷ் : கிடையாது. கூடாது. அபார்ஷன்கிறது திருமண மானவங்களுக்கு. கணவன் மனைவி இருவரு

டைய சம்மதத்துடன், அவங்களுக்கு இரண்டு குழந்தை முன்னாடியே இருக்கிற சூழ்நிலை யிலே, அவர்களுக்கு இன்னொரு குழந்தை பிறந்தா அதனாலே அவங்களுக்கு பொருளாதார நிலைமை பாதிக்கப்படுங்கிறப்போ, முதல் நாப்பது நாளுக்குள்ளே பண்ண வேண்டியது.

*நாகராஜன் :* டாக்டர் நரேந்திரன், ஒரு கல்யாணமாகாத பொண்ணுக்கு அபார்ஷன் பண்ணி வச்சதுக்கு ஆஸ்பத்திரி சட்டபூர்வமான காரணம் இருக்க முடியுமா?

*பாலகிருஷ் :* முடியவே முடியாது. அது தப்பு. அது ஒரு குற்றம்.

*நாகராஜன் :* டாக்டர் நரேந்திரனோட நீங்க தொழில் ரீதியிலே பழகி இருக்கீங்க... இல்லே? அவர் எப்படிப் பட்ட டாக்டர்னு சொல்ல முடியுமா?

*பாலகிருஷ் :* அர்ரகண்ட். தனக்குத்தான் எல்லாம் தெரியும், மத்தவங்களுக்கு ஒண்ணுமே தெரியாதுங்கற ஒரு ஆணவம், ஆஸ்பத்திரி விதிமுறைகளுக்கும் மனிதாபிமானம் சம்பந்தமான எந்த நடைமுறை களுக்கும் கவலைப்படாதவர். பேஷண்டுகள் எல்லாம் அவருக்கு மனுஷங்க இல்லே. கினி பிக்ஸ்.

*நாகராஜன் :* சரவணன் விஷயமா நீங்க அவர்கிட்டே பேசி னீங்களா?

*பாலகிருஷ் :* பேசினேன். அந்த ஆளு எப்பவும் சாக வேண்டி யவர். எப்பவாவது ஒரு நாள் அழுகிச் சாக வேண்டியவர், இப்பவே சாக அடிச்சுட்டேன்னு சொன்னார்.

*டாக்டர் நரேந்திரன் :* ஏன்யா பொய் சொல்றே? நான் அப்படியா சொன்னேன்.

*நீதிபதி :* டாக்டர்... வில் யூ ஷட்டப்.

நாகராஜன் : ஆஸ்பத்திரி விதிமுறையைப் பத்தி என்ன சொன்னார்?

பாலகிருஷ் : எல்லாமே மீர்றதுக்குத்தான் இருக்குன்னார்.

நாகராஜன் : அந்தப் பையன்மேலே ஒரு புதிய டிரக் பயன்படுத்தினது தெரியுமா உங்களுக்கு?

பாலகிருஷ் : தெரியும். இட் லாய் எ கேஸ் ஆப் லுக்கிமியா?

நாகராஜன் : லுக்கிமியாவுக்கு என்ன ட்ரீட்மெண்ட் தரணும்?

பாலகிருஷ் : கிமோ தெராபி. அடையார்லே நல்ல ஃபெசிலிட்டி இருக்கு.

நாகராஜன் : அது அந்தப் பையனுக்கு தரப்பட்டதா?

பாலகிருஷ் : ஏதோ மேம்போக்கா ஆரம்பிச்சு, உடனே வேறே சொந்த ட்ரீட்மெண்டுக்குத் தாவிட்டார்.

நாகராஜன் : என்ன ட்ரீட்மெண்ட்?

பாலகிருஷ் : லீட்ரில்னு ஒரு மிக அபாயகரமான டிரக் அது. இன்னும் நிரூபிக்கப்படவே இல்லே. அதை பிரயோகிச்சார்... அந்தப் பையன் மேலே.

நாகராஜன் : இந்த லீட்ரில்ங்கறது அமெரிக்காவிலே அக்செப்ட் ஆகி இருக்கா?

பாலகிருஷ் : இல்லே. அங்க இதுக்கு தடை விதிச்சிருக்காங்க. இதை முயற்சி பண்றவங்களுக்குத் தண்டனை கொடுக்கறாங்க.

நாகராஜன் : அந்த மருந்தை முயற்சிப் பண்ணதனாலதான் அந்தப் பையன் செத்துட்டான்னு சொல்ல முடியுமா?

பாலகிருஷ் : நிச்சயம் சொல்ல முடியும்.

நாகராஜன் : கிமோ தெராபியினாலே குணமாகறவங்க இருக்காங்களா?

பாலகிருஷ் : நிறையப் பேர் இருக்காங்க.

நாகராஜன் : தட்ஸ் ஆல். தாங்க் யூ. டாக்டர். மிஸ்டர் கணேஷ். ஹி ஈஸ் யுவர் விட்னஸ்.

நீதிபதி : *(கை கடிகாரத்தைப் பார்த்து)* கணேஷ், உங்க கேள்விகளை இடைவேளைக்கு அப்புறம் வச்சுக்கலாமே.

கணேஷ் : சரி.

# காட்சி – 3

(இடைவேளைக்குப் பின் நாடகம் துவங்கும்போது கணேஷும் வஸந்தும் தீவிரமாக தாழ்ந்த குரலில் பேசிக் கொண்டிருக்க, டாக்டர் பாலகிருஷ்ணனும் நாகராஜனும் சிரித்துப் பேசிக் கொண்டிருக்க, டாக்டர் நரேந்திரன் கூண்டுக்கு வர, நீதிபதி திரும்பி வர வழக்குத் தொடர்கிறது. பாலகிருஷ்ணன் சாட்சிக் கூண்டுக்குச் சென்று கணேஷின் கேள்விகளை எதிர்பார்க்கிறார்)

கணேஷ் : டாக்டர் பாலகிருஷ்ணன், உங்களுக்கு ஆஸ்பத்திரியிலே எவ்வளவு வருஷ சர்வீஸ்?

பாலகிருஷ் : பத்து வருஷம்.

கணேஷ் : நீங்களும் டாக்டர் நரேந்திரனும் ஒரே ராங்குன்னு சொன்னீங்க. உங்க ரெண்டு பேருக்குள்ள யாரு சீனியர்?

பாலகிருஷ் : எதுக்கு?

கணேஷ் : அடுத்த பிரமோஷனுக்கு.

பாலகிருஷ் : அடுத்த பிரமோஷன் சீனியாரிட்டிப்படி இல்லே. மெரிட்டைப் பொறுத்தது.

கணேஷ் : சீனியாரிட்டிப்படி உங்களுக்குத்தான் அதிக சர்வீஸ்னு சொல்வீங்க. அப்படித்தானே?

பாலகிருஷ் : ஆமாம்.

கணேஷ் : அடுத்த பிரமோஷன்கிறது என்ன டாக்டர்?

பாலகிருஷ் : டீன்!

கணேஷ் : இன் அதர் வேர்ட்ஸ்.

பாலகிருஷ் : இந்தப் பெரிய ஆஸ்பத்திரிக்கு எல்லாவிதத்திலேயும் தலைவர்னு சொல்லலாம்.

கணேஷ் : இப்ப இருக்கிற டீன் எப்ப ரிடையர் ஆவார்னு தெரியுமா?

பாலகிருஷ் : தெரியாது.

கணேஷ் : இன்னும் இரண்டு மாசத்திலே.

பாலகிருஷ் : இருக்கலாம்.

கணேஷ் : அடுத்த டீன் உங்க ரெண்டு பேர்ல ஒருத்தர் தானே?

நாகராஜன் : யுவர் ஆனர், இதெல்லாம் கேஸுக்கு எந்த விதத்திலே சம்பந்தம்னு தெரியலே.

கணேஷ் : சம்பந்தம் இருக்கு, யுவர் ஆனர். கொண்டு வரேன்... டாக்டர், கேள்வியை மறுபடியும் கேட்கட்டுமா? டீன் யாரு? உங்க ரெண்டு பேருக்குள்ளே ஒருத்தர்தானே?

பாலகிருஷ் : யூஷுவலா அப்படித்தான். சில சமயம்...

கணேஷ் : *(வெட்டி)* உங்க ரெண்டு பேருக்கும், டைரக்டர் கிட்டயும் மினிஸ்டரி செக்ரட்ரிகிட்டயும் ஒரு இண்டர்வியூ நடந்ததில்லே?

பாலகிருஷ் : ஆமா... இன்பார்மலா.

கணேஷ் : அந்த இண்டர்வியூலே டாக்டர் நரேந்திரன் அடுத்த டீனா தேர்ந்தெடுக்கப்பட்டது தெரியுமா?

நாகராஜன் : யுவர் ஆனர்... இன்னும் நண்பர் கேஸுக்கே வரல்லே.

நீதிபதி : எஸ்... மிஸ்டர் கணேஷ்...

கணேஷ் : யுவர் ஆனர்! இவர் டாக்டர் நரேந்திரனுக்கு எதிரா சாட்சி சொல்றதிலே ஒரு உள்நோக்கம்

காரணமா இருக்குங்கிறதை நான் ஸ்தாபிக்க விரும்பறேன்.

நாகராஜன் : அதனாலே அவர் செய்த குற்றம் எந்த விதத்திலே கம்மியாறதுன்னு சொன்னா சரி.

கணேஷ் : ஐ அப்ஜெக்ட் திஸ். அவர் குற்றவாளின்னு இன்னும் நிரூபிக்கப்படலே.

நீதிபதி : சரி சரி. ப்ரொசீட்.

கணேஷ் : இன்னும் ஒரு முறை அவரை குற்றவாளின்னு சொல்லச் சொல்லாதீங்க.

நாகராஜன் : சரி குற்றம் சாட்டப்பட்டவர்!

கணேஷ் : டாக்டர்! பதில் சொல்றீங்களா? அந்த இண்டர் வியூலே டாக்டர் நரேந்திரன் செலக்ட் ஆனது தெரியுமா?

பாலகிருஷ் : தெரியாது.

கணேஷ் : தெரியாதா? ஆச்சரியமாயிருக்கே? அந்தத் தேர்வை எதிர்த்து நீங்க செக்ரட்டரிக்கும் மினிஸ்ட்ரிக்கும் ஒரு புகார் கடிதம் கொடுத்திருக் கீங்க.

(வஸந்த் அதை ஃபைலில் இருந்து எடுத்துக் காட்டி )

அந்த ரெப்ரஸன்டேஷனுடைய காப்பி எங்கிட்ட இருக்கு. வேணும்னா படிச்சுக் காட்டட்டுமா?

பாலகிருஷ் : வேண்டாம்.

வஸந்த் : யுவர் ஆனர், இந்தக் கடிதத்தை நீங்க படிக்க வேண்டிய அவசியம் இருக்கும். இதை கோர்ட்டில் தாக்கல் செய்ய விரும்பறேன்.

(நீதிபதி அதைப் பார்க்கிறார்)

கணேஷ் : *(தொடர்ந்து)* டாக்டர், நீங்க அந்த புகார் கடிதத்திலே என்னல்லாம் சொல்லியிருக்கீங் கன்னு ஞாபகம் இருக்குதா? டாக்டர் நரேந்திரன்

உங்களை விட டிபார்ட்மெண்டில் ஜூனியர், புதுசா அமெரிக்காவிலேருந்து வந்து சேர்ந்தவர். இந்திய ஆஸ்பத்திரிகளின் சூழ்நிலையே தெரியாதவர்...

பாலகிருஷ் : எல்லாம் ஃபாக்ட்ஸ்தான் குடுத்திருந்தேன்.

கணேஷ் : வாஸ்தவம்தான். ஆனா - முக்கியமான சிலதை விட்டுட்டீங்க டாக்டர். டிபென்ஸ் தரப்பிலே சாட்சி சொல்றபோது டாக்டர் பண்ணின அராஜகமான காரியங்களை எல்லாம் பத்தி விவரமாச் சொன்னீங்க. அது ஒண்ணுத்தையும் இந்த ரெப்ரஸண்டேஷன்லே காணமே? ஏன் டாக்டர்?

பாலகிருஷ் : அதெல்லாம் பிற்பாடு நடந்தது?

கணேஷ் : இல்லையே. அந்தச் சம்பவங்கள் எல்லாம் அக்டோபருக்கு முன்னாடி நடந்திருக்கே!

பாலகிருஷ் : அந்த லெட்டரை எழுதறபோது அந்தச் சம்பவங்கள் எல்லாம் வெளிலே வரல்லே.

கணேஷ் : என்னது, ஆச்சரியமா இருக்கே!... டாக்டர் உங்க ஆஸ்பத்திரிலே வாராந்திர ரெவ்யூ மீட்டிங் நடக்கிறதில்லே?

பாலகிருஷ் : நடக்கும். அதுல இதெல்லாம் வராது.

கணேஷ் : விசித்திரமாயிருக்கே! நீங்க சொன்ன சாட்சிகளின்படி, கொலை, மெடிக்கல் ரிஜிஸ்தர்லே இருந்தே பேரை நீக்குற அளவுக்கு அவ்வளவு தீவிரமான குற்றங்கள் நரேந்திரன் செஞ்சி இருக்கிறதா சொன்னீங்க. எல்லாம் வாராந்திர ரெவ்யூ மீட்டிங்கிலே வராதா? சரியா ஞாபகப்படுத்திக்கிட்டுச் சொல்லுங்க.

பாலகிருஷ் : வந்திருக்கலாம். எனக்குச் சரியாக ஞாபகமில்லே.

கணேஷ் : வந்திருக்கு. என்ன என்ன தேதின்னும் ஞாபகப்படுத்த முடியும்.

வஸந்த் : மார்ச் பதினெட்டு. செப்டம்பர் ஆறு.

கணேஷ் : டாக்டர், எனக்கென்ன கேள்வின்னா... ஏன் நீங்க, இந்தக் குற்றங்களின் தீவிரத்தை தெரிஞ்சவர்ங்கிற முறையிலே உடனே செக்ரடரி கிட்டயோ போலீஸ்கிட்டயோ கம்ப்ளெயிண்ட் பண்ணியிருக்கக் கூடாது.

பாலகிருஷ் : குடுக்கல்லே அவ்வளவுதான்.

கணேஷ் : திஸ் இஸ் நாட் ஆன் ஆன்சர். ஏன் குடுக்கல்லே தெரிஞ்சாகணும்.

பாலகிருஷ் : ஏதோ கொடுக்கலே. அவ்வளவுதான்.

கணேஷ் : *(விடாமல்)* இன்னும் எனக்கு பதில் வரல்லே டாக்டர், காத்திண்டிருக்கேன்.

நீதிபதி : கணேஷ்... நீங்க என்ன பதிலை எதிர் பார்க்கறீங்க?

கணேஷ் : யுவர் ஆனர், இது உங்களுக்கே ஆச்சரியமாப் படலையா? இன்னிக்கு டாக்டர் நரேந்திரன் கொலை, சிசு ஹத்தின்னு என்னென்னமோ குற்றமெல்லாம் சாட்டப்பட்டு கூண்டிலே நிக்கிறார். குற்றம் நடந்ததாகச் சொல்லப்படுவது, சென்ற மார்ச்சிலே இருந்து அக்டோபர் வரைக்கும். அதுக்கப்புறம் டிபார்ட்மெண்டலா பிரமோஷன் கமிட்டி கூடியிருக்கு. டாக்டர் நரேந்திரன், கொலைகார டாக்டர் நரேந்திரன் பதவி உயர்வுக்கு, அடுத்து டீன் ஆறதுக்கு சிபாரிசு பண்ணப்பட்டிருக்கார். அதுக்கப்புறம் அதை எதிர்த்து டாக்டர் பாலகிருஷ்ணன் ஒரு மறுப்புக் கடிதம் எழுதியிருக்கார். 'அவரை விட நான்தான் அதிகத் தகுதி பெற்றவன்... எனக்குத்தான் பிரமோஷன் கொடுக்கணும்'னு சொல்லியிருக்கார். ஆனா, டாக்டர் நநேந்திரனுடைய கொலைகாரக் குற்றங்களைப் பத்தி ஒரு வார்த்தை சொல்லலே.

நீதிபதி : சம்திங் ஸ்ட்ரேஞ்ச் மிஸ்டர் நாகராஜன். கணேஷ் சொல்றது நல்ல பாயிண்டுன்னுதான் தோணுது. இதுக்கு என்ன எக்ஸ்ப்ளனேஷன்?

நாகராஜன் : ஐ ஆம் ஸாரி, யுவர் ஆனர். எனக்கு உடனே பதில் சொல்லத் தெரியலே.

நீதிபதி : அந்த மாதிரி கவர்ன்மெண்டிலே இருந்து ஒரு ரெக்கமண் டேஷன் போயிருக்கான்னு எனக்குத் தெரிஞ்சாகணும். மிஸ்டர் கணேஷ், உங்ககிட்ட எதாவது காப்பி, டாக்குமெண்டரி எவிடன்ஸ் இருக்கா?

கணேஷ் : கொஞ்சம் அவகாசம் கொடுத்தா... அதையும் கொண்டு வரோம்.

நீதிபதி : மிஸ்டர் நாகராஜன்... நீங்களும் இந்த முரண் பாட்டைக் கொஞ்சம் கவனிச்சு, எனக்குச் சரி யான தகவல் கொண்டு வாங்க. விசாரணையை அதுக்கப்புறம் தொடரலாம்.

(நாகராஜன், பாலகிருஷ்ணன் இருவரும், கணேஷ், வஸந்த் இருவரும் தனியாகக் கூடிப் பேசிக்கொண்டு இருக்க, டாக்டர் நரேந்திரன் இரண்டு கட்சியையும் சிரிப்புடன் பார்த்துக் கொண்டிருக்கிறார். பேசிக்கொண்டே இருந்த வஸந்த், சட்டென்று டாக்டர் சிரிப்பதைப் பார்த்து)

வஸந்த் : மாஞ்சு மாஞ்சு வாதாடிட்டிருக்கோம், சிரிங்க.

டாக்டர் : எதுக்காக மள்ளாடறீங்க? நான்தான் சொன் னேனே! ஹலோ டாக்டர் பாலகிருஷ்ணன் நல்லாப்பேசினீங்க. ஆனா இவ்வளவு பொய் சொல்லலாமா? உடம்புக்கு ஆகுமா?

பாலகிருஷ் : பொய் யார் சொல்றாங்கறது கடைசியிலே தெரிய வரும் டாக்டர்.

டாக்டர் : பாலா... உன்கிட்டே ஒரு டீல் வச்சுக்கலாமே. இந்தக் கேஸை வித்டிரா பண்ணிக்கச் சொல்லு. உனக்கு என்ன, இந்த சுண்டைக்காய் டீன் பதவி தானே வேணும்? எடுத்துக்கோயேன். எதுக்காக என் மேலே இப்படி கேஸ் போட வச்சு...

பாலகிருஷ் : டாக்டர், யூ ஆர் மிஸ்டேக்கன். எனக்கும் இந்தக் கேஸுக்கும் சம்பந்தமே இல்லே, தெரியுமா? இது சர்க்கார் கண்டுபிடிச்சுப் போட்ட கேஸ்.

டாக்டர் : நான் என்ன பாப்பாவா இதை நம்பறதுக்கு? இவங்களைப் பாத்தியா? ரெண்டு பேரும் துடியா இருக்காங்க, லாயர்ஸ். எப்படி கண்லே விரலை விட்டு ஆட்றாங்க பாரு!

பாலகிருஷ் : கொடுத்த காசுக்கு அபத்தமா ஏதாவது கேட்டுக் கிட்டிருக்காங்க.

வஸந்த் : ஆமா. அதுக்கே பதில் சொல்ல முடியாமே திணர்றீங்க. மொத்தமா கேட்டா காலிதான். பாஸ், கொஞ்சம் மைல்டா இருந்துட்டீங்க. ஜட்ஜ் திரும்பி வந்தப்பறம் நான் தொடரப் போறேன். அப்ப பாருங்க எல்லாத் துவாரத்து வழியாவும் நெருப்பு பறக்கப்போறது!

பாலகிருஷ் : *(கலவரத்துடன் நாகராஜனிடம்)* என்னங்க இப்படிப் பேசறான்? இதுக்கு ஏதும் விதிமுறை, நீதி கிடையாதா?

நாகராஜன் : நீங்க வாங்க. இவங்கள்ளாம் அராத்துக, சும்மா தடாலடி.

(அவர்கள் செல்ல, வஸந்த் கணேஷிடம்)

வஸந்த் : கை கொடுங்க பாஸ், பிச்சு உதறிட்டீங்க!

டாக்டர் : எல்லாரும் கை கொடுத்துக்கங்க. ஆனா கடைசி முடிவு ஒண்ணுதான்.

கணேஷ் : ஏன் டாக்டர்... இதையே திருப்பிச் சொல்லிக் கிட்டிருந்தா?

டாக்டர் : நீதான் பார்த்தில்லே? எல்லா ரிக்கார்டையும் எங்கேயோ தோண்டி எடுத்து, எனக்கு பிரமோஷனுக்கு ரெக்கமெண்ட் ஆகியிருக்கிறதைக் கண்டு பிடிச்சீங்க. எந்த மடையனும் கேட்பானா இல்லையா, ‘ஏண்டா ஒரு பக்கம் கொலை பாதகன்ங்கறீங்க இவனை; இன்னொரு பக்கம் டீனாப் பிரமோட் பண்றீங்க. என்னடா இது முரண்பாடு?’ன்னு கேக்க மாட்டாங்களா?

வஸந்த் : நிச்சயம் ஜட்ஜ் கேட்கத்தான் போறார். அதுக்குத்தான் ரீஸஸ் விட்டிருக்காரே?

டாக்டர் : கேக்கமாட்டார். பார்த்துண்டே இரு.

வஸந்த் : சேச்சே... நிச்சயம் இந்த லா பாயிண்டை சரியான படி விடமாட்டார்.

டாக்டர் : பார்த்துண்டே இரேன்.

(நீதிபதி மறுபடி உள்ளே நுழைகிறார். கண்ணாடி அணிகிறார். புத்தகங்களைப் பார்க்கிறார். சற்று தூரத்தில் நாகராஜனும் பாலகிருஷ்ணனும் நுழைய)

நீதிபதி : மிஸ்டர் கணேஷ், யுவர் பாயிண்ட் இஸ் வெல் டேக்கன். அதை நான் நோட் பண்ணிக்கிட்டேன் யூ மே புரொஸீட்.

(கணேஷ் சற்று ஆச்சரியத்துடன் அவரைப் பார்க்க)

டாக்டர் : நான் சொன்னேனா இல்லையா?

நீதிபதி : என்ன சொன்னீங்க?

டாக்டர் : இல்லை எங்களுக்குள்ளே.

கணேஷ் : யுவர் ஆனர், கொஞ்ச நேரத்துக்கு முன்னாடி இந்த முரண்பாட்டைக் கொஞ்சம் கவனிச்சு, எனக்குச் சரியான தகவல் கொண்டு வாங்கன்னு என் நண்பர்கிட்டே சொன்னீங்க.

நீதிபதி : அப்படியா? நாகராஜன் தகவல் வச்சிருக்கீங்களா?

நாகராஜன் : யுவர் ஆனர், எங்களுக்கு இன்னும் சமயம் வேணும்.

நீதிபதி : அப்படின்னா, அப்புறம் ஸ்டேட்மெண்ட் தாக்கல் செய்யுங்க.

நாகராஜன் : சரி.

நீதிபதி : கணேஷ், யூ மே ப்ரொஸீட்.

கணேஷ் : *(சற்று சோர்ந்துபோய்)* என் கலீக் வஸந்த் தொடருவார்.

வஸந்த் : *(எழுந்து)* டாக்டர் பாலகிருஷ்ணன், உங்க சர்வீஸிலே எத்தனை தப்பு பண்ணியிருக்கீங்க? எத்தனை பேரைக் கொன்னிருக்கீங்க.

நாகராஜன் : *(வெகுண்டு எழுந்து)* திஸ் இஸ் ரிடிகுலஸ் யுவர் ஆனர்.

நீதிபதி : அப்ஜெக்ஷன் சஸ்டெய்ன்ட்.

வஸந்த் : டாக்டர் பாலகிருஷ்ணன்... உங்களுக்கு துரைசாமி என்கிறவரோட கேஸ் ஞாபகமிருக்கா?

நாகராஜன் : ஐ அப்ஜெக்ட்...

நீதிபதி : சஸ்டெய்ன்ட்.

வஸந்த் : மிஸ் பிரேமலதான்னு ஒரு பதினைஞ்சு வயசுப் பொண்ணு இன்டென்ஸிவ் கேர் யூனிட்லே செப்டம்பர் மாதம் பத்தாம் தேதி, பத்தரை மணிக்குச் செத்துப் போனதை உங்க நினைவுக்குக் கொண்டு வர விரும்பறேன்.

நீதிபதி : வாட் எவர் ஃபார்?

வஸந்த் : சிமிலர் கேஸ். யுவர் ஆனர். சிமிலர் சர்க்கம்ஸ்டன்ஸஸ்.

நீதிபதி : வாட்ஸ் த ரெவலன்ஸ்?

வஸந்த் : யுவர் ஆனர், ஆஸ்பத்திரி, அதுவும் சர்க்கார் ஆஸ்பத்திரி, ஒரு பெரிய சாகரம். அதிலே நடக்கிற எல்லாக் காரியங்களும் சிகிச்சைகளும் வெற்றி பெறுவதில்லை. எத்தனையோ பேர் ஆபரேஷன்களிலேயும் மருந்து ரீ-ஆக்ஷன்லேயும் மண்டையைப் போட்டுடறாங்க. அப்படி எல்லாக் கேஸுக்கும், அதுக்கு ஒரு விதத்திலே யாவது பொறுப்பாக உள்ள டாக்டர்களைத் தண்டிக்கிறதுன்னா... நாட்டிலே டாக்டர்களே இல்லாமப் போயிருவாங்க. அக்ட்ஸ் டன் இன்

குட்ஃபெய்த்னு ஒரு சித்தாந்தமே இருக்கிற தாலே...

நாகராஜன் : மன்னிக்கணும் யுவர் ஆனர். இது டிபன்ஸ் தரப்பிலே கடைசிச் சொற்பொழிவான்னு கேக்க விரும்பறேன்.

வஸந்த் : இல்லே. எனக்கு இந்த ப்ரேமலதா கேஸை உதாரணத்துக்கு எடுத்துக்காட்ட அனுமதிச்சாப் போதும்.

நாகராஜன் : இது எந்த விதத்திலே டாக்டர் நரேந்திரன் கேஸுக்கு?...

வஸந்த் : சார், நீங்க இருங்க. பெரியவர் அவர் சொல்லட்டும், ரூலிங் அவர் தரணும்.

டாக்டர் : அவங்க எல்லோருமே ஒண்ணுதானே?

நாகராஜன் : என்ன சொன்னீங்க? யுவர் ஆனர், டாக்டர் நரேந்திரன் சொன்னது உங்களுக்குக் கேட்டிருக்கும் என்று நம்புகிறேன். ஷியர் கண்டெம்ப்ட் ஆஃப் கோர்ட்.

நீதிபதி : நான் கேக்கல்லே. டாக்டர், வில் யூ ப்ளீஸ் ரிப்பீட் வாட் யூ செட் ஜஸ்ட் நௌ?

டாக்டர் : *(கணேஷ் சைகை செய்ய)* ஒண்ணும் இல்லே.

வஸந்த் : *(தொடர்ந்து)* டாக்டர் பாலகிருஷ்ணன், ஒவ்வொரு வாரமும் அந்த வார கேஸ்களை விவாதிக்கறதுக்கு எல்லாப் பிரிவிலே இருந்தும் எல்லா டாக்டர்களும் கலந்து கொள்கிற ஒரு கூட்டம் நடக்கும் அல்லவா?

பாலகிருஷ் : ஆமாம்.

வஸந்த் : அந்தக் கூட்டங்களிலே முந்தின வாரத் தப்பு களை எல்லாம் அலசுவாங்க... இல்லியா?

பாலகிருஷ் : ஆமாம்.

வஸந்த் : ஆமாம்... சில கேஸ்கள்லே ஹியூமன் எர்ரர் என்று சொல்றாங்களே... அம் மாதிரி நடக்கிறதுண்டா?

பாலகிருஷ் : பெரும்பாலும் நடக்கிறதில்லே.

வஸந்த் : சிறும்பாலும்...?

பாலகிருஷ் : புரியலே.

வஸந்த் : சில கேஸ்களிலே மனித தப்புகள் ஏற்படு மில்லையா?

பாலகிருஷ் : எங்கள் மருத்துவ முறைகள் அவ்வளவு துல்லிய மானது. இந்த மாதிரி தப்புகள் ரொம்ப அபூர்வம்.

வஸந்த் : ப்ரேமலதா கேஸ் அப்படி ஒன்னா?

பாலகிருஷ் : ப்ரேமலதா கேஸ்னு நீங்க எதைச் சொல்றீங் கறதைப் பொறுத்தது.

வஸந்த் : ஒரு இளம்பெண்... வயது பதினைஞ்சு... என் கிட்ட கேஸ் ஷீட்டுகளுடைய போட்டோ ஸ்டாட் காப்பி இருக்கு. பாக்கறீங்களா? உங்க கையெழுத்துக்கூட இருக்கு.

பாலகிருஷ் : *(பார்த்து)* இது எப்படி உங்களுக்குக் கிடைத்தது?

வஸந்த் : எட்டு ரூபா சில்லரைக்கு!

நாகராஜன் : யுவர் ஆனர், டு வீ ஹாவ் டு கோ த்ரூ ஆல் திஸ்?

வஸந்த் : *(அதட்டலாக)* யுவர் ஆனர், இதை நீங்க அட்மிட் பண்ணியே ஆகணும். டாக்டர் பாலகிருஷ்ணன் ட்ரீட் பண்ணின இந்தக் கேஸ்லே, அந்தப் பொண்ணு இறந்து போயிருக்கு. ஏன், ஏன் இறக் கணும்? கிழமா? இல்லே. பதினைஞ்சு வயசுப் பிஞ்சு. ஹார்ட்ல சீரியஸா டிரபிள்னு ஹிஸ்டரி எல்லாம் கேஸ் ஷீட்லே இருக்கு. டாக்டர் அவர் கள் என்ன ட்ரீட்மெண்ட் கொடுத்திருக்கார்? இன்டைஜஷன்... அஜீரணம்... அதுக்காக ஜெலுசில் கொடுத்திருக்கார். நெக்ளிஜென்ஸ்! ஷியர் நெக்ளிஜென்ஸ்! அண்ட் இக்னரன்ஸ்!

பாலகிருஷ் : ரேடியலாஜிக்கல் அண்ட் ஈஸிஜி ரிப்போர்ட் எதுலேயும் அது தெரியலே.

வஸந்த் : இங்கிலீஷ்லே குழப்பறார் பாருங்க! இந்தக் கேஸ் ஷீட்டிலே டாக்டர் நரேந்திரன் எழுதி யிருக்கிறதையும் படிக்கிறேன். 'மை காட், ஹௌ குட் எனி ஒன் மிஸ் தி மர்மர் இன் ஹர் ஹார்ட்!' ஸ்டெதாஸ்கோப்பை சரியா புடிச் சுண்டு கேட்டிருந்தா அவ இதயம் ஓலமிடறதை கவனிச்சிருக்கலாம். உடனே எமர்ஜென்சி ஆபரேஷன் பண்ணியிருக்க வேண்டிய கேஸை, அந்தக் கடைசி தங்கக் கணங்களை விரயமாக்கி, தப்பா டயக்னோஸ் பண்ணிச் சாக அடிச்சிருக் காங்க. கூண்டிலே நிற்க வேண்டியவங்க மாறிப் போயிருக்காங்க. பாலகிருஷ்ணன்னா அங்கே இருக்கணும்?

நீதிபதி : மிஸ்டர் வஸந்த், நீங்க வழக்கினுடைய ஆதார மான நோக்கத்திலிருந்து வேறே எங்கேயோ போறீங்க. வழக்கு, டாக்டர் நரேந்திரன் குற்ற வாளியா இல்லையா, அவர் அந்தக் காரியங் களைச் செஞ்சாரா, அதுக்கு அவர் எவ்வளவு தூரம் பொறுப்பு, இதைப் பத்திதான் நாம கவலைப்படணும்.

வஸந்த் : தவறு செய்யறது, அதுவும் மெடிகல் ப்ரொப ஷன்லே சகஜம்னு நிரூபிக்கிறதுக்குத்தான் இந்த உதாரணத்தை எடுத்துக்கிட்டேன்.

நீதிபதி : இந்த உதாரணம், டாக்டர் பாலகிருஷ்ணன் குற்றவாளிக் கூண்டிலே நின்னுக்கிட்டிருந்தா எடுத்துக்க வேண்டிய நியாயம்.

வஸந்த் : இல்லே.

நீதிபதி : *(கோபத்துடன்)* இல்லை? நொள்ளை? ரொம்ப கால விரயம் பண்றீங்க மிஸ்டர் வஸந்த். குறுக்கு விசாரணையை, கேஸுக்கு உட்பட்டு வச்சுக்கங்க.

வஸந்த் : டாக்டர், இன்டர்பரான்னு ஒரு மருந்தைப்பத்திச் சொன்னீங்களே, அதைப் பத்திச் சில கேள்விகள் கேட்கலாமில்லே?

பாலகிருஷ் : கேக்கலாம். எனக்குத் தெரிஞ்சதைச் சொல்றேன்.

வஸந்த் : இந்த இன்டர்பரான்ங்கிறது ஒரு புதுக் கண்டு பிடிப்பு இல்லையா?

பாலகிருஷ் : இருக்கலாம். ஆனா அது இன்னும் சரியாப் பரிசோதிச்சு நிரூபிக்கப்படல்லே.

வஸந்த் : உங்களுக்கு ஞாபகமில்லாமே இருக்கலாம். நான் ஞாபகப்படுத்தட்டுமா?

நீதிபதி : அதெல்லாம் தேவையில்லே. மிஸ்டர் வஸந்த், இந்த கேஸிலே அது தோல்வி அடைஞ்சிருக் கிறதுதான் முக்கியம்.

வஸந்த் : ஒரு டோஸ் இன்டர்பரான் என்ன விலைன்னு தெரியுமா டாக்டர்?

பாலகிருஷ் : தெரியாது. ஆனா ரொம்ப விலை ஜாஸ்தின்னு மட்டும் தெரியும்.

வஸந்த் : அவ்வளவு விலை உயர்ந்த மருந்தை டாக்டர் நரேந்திரன் அமெரிக்காவிலே தன் நண்பர் களுக்கு எழுதி வரவழைச்சதாவது தெரியுமா உங்களுக்கு?

நாகராஜன் : நண்பர் ஏன் இப்படி சுற்றி வளைக்கிறார்னே தெரியலே?

நீதிபதி : மிஸ்டர் வஸந்த், என்னதான் சொல்ல விரும்பு றீங்க? அந்த மருந்து யாரை குணப்படுத்தினால் என்ன? எத்தனை விலையா இருந்தா என்ன? இந்தக் கேஸ்லே காலை வாரிடுத்து, இல்லையா?

வஸந்த் : *(சற்று அலுப்புடன்)* யுவர் ஆனர், நான் காட்ட விரும்பறது... சொல்ல விரும்பறது எல்லாம் ஒரே ஒரு...

நீதிபதி : (சிரித்து) நீங்க காட்ட விரும்பறதெல்லாம் நல்லா எனக்குத் தெரியுது. சுத்தி வளைக்காமே நேராக் கேளுங்க.

வஸந்த் : (கோபத்துடன்) ஆல்ரைட். நேராகவே கேக்க றேன். டாக்டர் பாலகிருஷ்ணன், இந்தக் கேஸைப் போலீஸ் எடுத்துக்கிட்டு கோர்ட்டுலே கொண்டு வரதுக்கு எவ்வளவு லஞ்சம் கொடுத்தீங்க?

நாகராஜன் : மை காட்?

நீதிபதி : (அதட்டி) மிஸ்டர் வஸந்த்... திஸ் ஈஸ் தி லிமிட்.

வஸந்த் : (உடனே கோபமாகக் குரல் மாறாமல்) ஐ ஆம் ஸாரி.

(உட்காருகிறான்)

நீதிபதி : மிஸ்டர் கணேஷ், உங்க ஜூனியர்கிட்டே வார்ன் பண்ணி வைய்ங்க. இனிமே இந்த மாதிரி சிறு பிள்ளைத்தனமான கேள்விகளை எல்லாம் டாலரேட் பண்ண மாட்டேன்.

வஸந்த் : ஐ ஸெட் ஸாரி.

கணேஷ் : வஸந்த்... ப்ளீஸ் கீப் கொயட்.

நீதிபதி : தி கோர்ட் இஸ் அட்ஜர்ன்ட்.

(எல்லோரும் கலைந்து செல்கிறார்கள். வஸந்த் களைத்து உட்கார்ந்திருக்க - மற்றவர்கள் எழுந்து செல்ல - டாக்டர் நரேந்திரன் அவர்கள் அருகில் வருகிறார்)

டாக்டர் : இன்டர்பரானைப் பத்தி எங்கே படிச்சே?

வஸந்த் : எங்கேயோ படிச்சேன். பாஸ், ஜட்ஜைப் பாத்தீங் களா? ஒரு கேள்வியாவது உருப்படியா கேக்க விட்டாரா பாருங்க. இந்த மனுஷன் உயிரை விட்டு அமெரிக்காவிலே இருந்து அந்த மருந்தை வரவழைச்சுக் கொடுத்திருக்கார்னா, அதனுடைய நோக்கம் சிகிச்சையைத் தவிர வேறே ஏதும் இருக்க முடியாதுன்னு ஸ்தாபிக்க விரும்பினா பேசவிட்டாத்தானே? கேஸே அதிலேதான் தொங்குகிறது.

டாக்டர் : எதுலே?

வஸந்த் : டாக்டர், நீங்க செஞ்சதிலே ஏதும் தப்பே இல்லே. ஆக்ட் டன் இன் குட் ஃபெய்த். நீங்க வேணுமின்னுட்டா அந்தப் பையனுக்கு அந்த இன்ஜெக்ஷனைக் கொடுத்தீங்க? குணமாயிடும் னுட்டுத்தானே? அதிலே ஒரு தப்பும் கிடையாது. உங்களை விடுதலை பண்ணாமே...

கான்ஸ்டபிள் : அய்யா... வர்றீங்களா?

டாக்டர் : வரேம்பா, நேத்திக்குச் சொன்ன மருந்தைக் கொடுத்துப் பாத்தியா?

கான்ஸ்டபிள் : கொடுத்தேன்க. தேவலைங்க.

(வஸந்தும் கணேஷும் மேடையின் முன் பகுதிக்கு வருகிறார்கள், கணேஷின் அலுவலக அறைக்கு. களைத்துப் போய் வஸந்த் உட்கார)

வஸந்த் : சரியான இழுபறி. எல்லாரும் எதிர்க்கட்சி - ஜட்ஜ், டிபண்டண்ட் உள்பட.

கணேஷ் : வஸந்த்... அந்தப் பொண்ணு மஞ்சுளாவை வரச் சொன்னியா?

வஸந்த் : சொல்லியிருக்கேன் பாஸ். அது ஒண்ணுதான் நம்ம துருப்புச் சீட்டு. அப்புறம் அந்தப் பையன் அப்பாவையும் வரச் சொல்லி இருக்கேன். அவரும் நமக்குச் சாதகமா சாட்சி சொல்றேன் னுருக்கார். பாக்கலாம் பாஸ்... இந்தக் கேஸை எப்படி அணுகறதுன்னே நமக்கு இன்னும் பிடிபடலேன்னு நினைக்கறேன்.

(உள்ளே இளவழகன் அறிவிப்பின்றி நுழைகிறார். நுழைந்து கணேஷ், வஸந்த் இருவரையும் கடையில் வாங்கவேண்டிய பொருளைப் பார்ப்பதுபோல் பார்க்கிறார். அவருக்கு 35 வயதிருக்கும். படிய வாரி விட்ட தலைமயிர். லேசான வெளிநாட்டு வெயில் கண்ணாடி. தழையத் தழைய சரிகை வேட்டி. மெலிதான உள்ளே பனியன் தெரியும் சட்டை. கட்டைக் குரல். அடிக்கடி சிரிப்பு. கைவிரல்களில் நிறைய அனாவசிய மோதிரங்கள்)

வஸந்த் : *(பார்க்காமல் மூக்கை உறிஞ்சி)* என்ன, நம்மைத் தேடிண்டு செண்ட் கடையே வரதா, என்ன?

இளவழகன் : நாடு வாழ்க!

வஸந்த் : வாழ்க! தாங்கள்...?

இளவழகன் : எம் பேரு இளவழகன்... கேள்விப்பட்டதில்லே?

வஸந்த் : அட நீங்களா அது?... கேள்விப்பட்டதில்லையே?

இளவழகன் : (யோவ் என்று ஏப்பம் விட்டு) ராத்திரி பிராந்தி சாப்பிட்டது கொஞ்சம் அஜீரணம்.

வஸந்த் : கொஞ்சம் பழையது சாப்பிட்டீங்கன்னா சரியாப் போயிடும்.

(இளவழகன் நாற்காலியில் சுதந்திரமாக உட்கார்ந்து கொண்டு - விலை உயர்ந்த நீட்டமான சிகரெட்டைப் பற்ற வைத்துக்கொண்டு)

இளவழகன் : சிகரெட்...?

வஸந்த் : நோ 'தாங்ஸ்.' நான் இந்த பிராண்டு குடிக்கிறதில்லே.

இளவழகன் : கணேஷ்... நீங்க.

கணேஷ் : வேண்டாம்... சொல்லுங்க, எங்களை எதுக்காகப் பார்க்க வந்தீங்க?

இளவழகன் : நீங்க இந்த வழக்கை நடத்தற விதத்தைப் பாராட்டறதுக்கு. பிச்சு உதர்றீங்க, டாக்டர் பாலகிருஷ்ணனை! அவரு சும்மா வேத்து வேத்து விடறாரு. ஆனா அதெல்லாம் வேஸ்டாறதேன்னுதான் எனக்கு வருத்தமா இருக்கு. நம்ம எச்.எம். இல்லே, அவர் எங்கிட்ட சொல்றாரு... 'ஏண்டா? இளவு...'

வஸந்த் : எச்.எம். யாரு?

இளவழகன் : (ஆச்சரியப்பட்டு) என்னது? நம்ம எச்.எம்மைத் தெரியாதா? என்ன நீங்க? எந்த உலகத்திலே இருக்கீங்க?

வஸந்த் : எனக்குத் தெரிஞ்ச ஒரே ஒரு எச்.எம்... ஹெட் மாஸ்டர்.

இளவழகன் : எச்.எம். சொன்னாரு... 'இளகா, நீ போய் இந்தச் சின்னப் பசங்க ரெண்டு பேத்தையும் பாத்துட்டு வந்துரு'ன்னு. ஏய் ராஜீ!

(உள்ளே ஒருவன் நுழைந்து கூடை நிறைய மா, ஆப்பிள் பழங்களை வைக்கிறான்)

எடுத்துக்கங்க. தித்திப்பா இருக்கும்.

வஸந்த் : இவ்வளவு பழம் சாப்ட்டா பேதி புடுங்கிக்குங்க.

இளவழகன் : அட, நீயே எல்லாத்தையும் சாப்பிடப் போறியா? பக்கத்து வீட்டுக்கு, எதுத்த வீடுகளுக்கு கொஞ்சம் கொடேன். இத பாரு கணேசு, எத்தனை?

கணேஷ் : என்னது... எத்தனை?

இளவழகன் : அட புரியாத மாதிரி பேசுறியே விளையாட்டுப் புள்ளைங்கப்பா!

வஸந்த் : உங்ககூட என்ன சார் விளையாட முடியும்? பாஸ், அவர் என்ன கேக்கறார்னா, நமக்கு என்ன கொடுத்தா இந்தக் கேசை விட்டுருவோம்னு, அப்படித்தானே இளவழகன்?

இளவழகன் : அப்படித்தான். துடியான பையனப்பா நீ வஸந்த், நீ துடியான பையன்.

வஸந்த் : என்ன கொடுப்பீங்க?

இளவழகன் : கேளுங்க.

வஸந்த் : அண்ணா நகர்லே அல்லது கருணாநிதி நகர்லே ஒரு சைட்.

இளவழகன் : வீடாவே கொடுத்திட்டாப் போச்சு!

வஸந்த் : அப்பறம் பாஸ் இருக்காரே, அவருக்கு ஒரு பப்ளிக் பிராசிகூட்டர் போஸ்ட்.

இளவழகன் : அதுக்கென்ன, நம்ம வி. கே. டி. கிட்டே சொல்லிட்டாப் போச்சு.

கணேஷ் : இரு வஸந்த். மிஸ்டர் இளவழகன், உங்களுக்கு இந்தக் கேஸிலே என்ன இன்ட்ரஸ்ட்?

இளவழகன் : அது வந்து.

(இந்தப் பக்கம், அந்த பக்கம் பார்த்து)

எச்.எம். பர்சனலா இதிலே இண்டரஸ்ட்டடு. அந்த நரேந்திரன் இருக்காரு பாரு. ரொம்ப அகராதி புடிச்ச ஆளு. ஒருமுறை எச்.எம்., கட்சிக்காரங்க தொல்லை தாங்காமே நிம்மதியா ஆஸ்பத்திரியிலே போய்ப் படுத்துக்கலாம்னு ஸ்பெஷல் வார்டிலே ரூம்லே இருந்திருக்காரு. இதுபோய்ப் பாத்து எச்.எம். கிட்டே, யார்க் கிட்டே? எச்.எம். கிட்டே, உங்களுக்கு ஒண்ணு மில்லேன்னு டிஸ்சார்ஜ் பண்ணிட்டான். எச்.எம். 'நான் யாரு தெரியுமா'ன்னு கேட்டிருக்காரு. 'உங்க தாத்தா வந்தாலும், உடம்புக்கு ஒண்ணும் இல்லைன்னா, இங்கே நிமிஷம் தங்கக் கூடாது'ன்னு என்னவோ அவன் அப்பன் வீட்டு ஆஸ்பத்திரி மாதிரி பேசியிருக்கான். அவரு ஒண்ணும் சொல்லலை. பேசாமப் போயிட்டாரு. 'பெரியவர்கிட்டே போய் சொல்லியிருக்காரு. அவரு டைரக்டர்கிட்டே சொல்லி, இருபத்திநாலு மணி நேரத்துக்குள்ளே ஆளை மாத்திடுங் கடா'ன்னு சொல்லிட்டாரு. அப்புறம் பால கிருஷ்ணன் எச்.எம்.முக்கு உறவு வேறே. எச். எம். தீர்மானிச்சா, பெரியவர்கூட மறுசொல் சொல்ல மாட்டாரு. அவருகிட்ட அவ்வளவு பயம். ரெண்டு பேரும் ஒரே குட்டையிலே ஊறினவங்க. அதனாலே நீங்க ரெண்டு பேரும் என்னா வாதாடி யும் பிரயோசனமில்லே. தீர்ப்பு நமக்குத்தான் சாதகமா வரப்போவுது.

வஸந்த் : ஏங்க, அப்படின்னா எங்ககிட்ட எதுக்கு வர்றீங்க?

இளவழகன் : சாதகமாக்கற வழிகளிலே இதும் ஒண்ணுதான். உங்களைக் கேட்டு, நீங்க ஒப்புத்துக்கிட்டிங் கன்னா காரியம் சீப்பாப்போச்சு. இல்லே, வேறே உசந்த வழிகளைப் பார்க்கணும்.

வஸந்த் : வேறே வழின்னா?

இளவழகன் : வேறே வழி பலது இருக்குது.

கணேஷ் : நாங்க மறுத்தா, அடுத்தது ஜட்ஜைப் பாப்பீங்களா?

இளவழகன் : அதுக்குத் தேவையில்லாம பண்ணத்தான். உங்க கிட்டே வந்திருக்கேன்.

கணேஷ் : நாங்க என்ன செய்யணும்?

இளவழகன் : ஒண்ணும் செய்ய வேண்டாம். அது போதும். நாகராஜன் சொன்னாரு, 'பயங்க ரெண்டு பேரும் தூள் கிளப்பறாங்கன்னு'. அதுக்கெல்லாம் அவசியமேயில்லே கணேசு. ஏதோ மெப்புக்கு கேஸ் நடத்தி முடிச்சுருங்க. அதுபோதும். இப்ப நீங்க செயிச்சாக்கூட என்ன ஆவப் போவுது? அப்பீல் பண்ணுவோம். கேஸ் பெண்டிங்கா இருக்கறவரைக்கும் டாக்டரை சஸ்பெண்ட் பண்ணி இழுக்க அடிச்சுட்டாப் போவுது. அப்படியே அப்பீல் இல்லைன்னாலும் டாக்டரை மாத்தி எங்கேயாவது தெக்க போட்டுர்றது. நிச்சயமா எப்படிப் பார்த்தாலும் தோல்விதான். எதுக்காக மன்னாடணும்? தோத்த கேஸு இது, பேசாம சட்டுபுட்டுன்னு முடிச்சுற வேண்டியதுதானே?... உங்களுக்கு அண்ணா நகர்லே சைட்டா வேணுமா, கட்டின வீடா இருந்தாப் பரவாயில்லையா?

வஸந்த் : ஒரு கிரவுண்டு சைட்டு கிடைச்சாப் போதும்.

இளவழகன் : கேஷா எவ்வளவு வேணும்?

(இடுப்பிலிருந்து எடுக்கிறார்)

கணேஷ் : கெட் அவுட்!

இளவழகன் : யாரை...? என்னையா?

வஸந்த் : உன்னைத்தாண்டா ஆட்டுமுழி அழகா! என்னன்னு நினைச்சுக்கிட்டே எங்களை?

கடையிலே வாங்கற பண்டமா? ஒரு பாக்கெட் சிகரெட் மாதிரியா? இல்லே முப்பது பைசா குடுத்து வாங்கற...

கணேஷ் : வஸந்த்... அவனோட என்ன பேச்சு? வெளிலே அனுப்பு.

வஸந்த் : வெளிலே போறியா?

இளவழகன் : *(சற்றும் பதட்டப்படாமல்)* வேண்டாம் தம்பி, பின்னாலே துன்பப்படுவீங்க. வந்த மகா லட்சுமியை விரட்டாதீங்க.

வஸந்த் : எந்திரிய்யா.

இளவழகன் : எச்.எம். யாரு, எப்படிப்பட்டவருன்னு தெரி யாது உங்களுக்கு.

வஸந்த் : தெரிய வேண்டாம். உம்மாதிரி வெத்து குண்டங் களை வச்சிருக்காரே, அதிலிருந்தே தெரியறதே. போய்யான்னா!

இளவழகன் : சரி, என்னதான் கடைசி ஆபர், சொல்லு. ஒய்ட்லே வேணுமின்னாக்கூட ஏற்பாடு செய்துக்கலாம். ஒண்ணரை ரூபா ரெண்டு ரூபா வரையிலும் போகலாம். அறக்கட்டளை இருக்கு.

வஸந்த் : சரிதான் போய்யா.

இளவழகன் : தோக்கப் போறீங்க தம்பி. எல்லாத்தையும் இழக்கப் போறீங்க.

கணேஷ் : கோர்ட்டிலே இழந்துக்கறோம். பரவாயில்லே.

(இளவழகன் எழுந்து வேட்டியைச் சரியாகக் கட்டிக்கொண்டு, மற்றொரு சிகரெட்டை அணைத்து விட்டு அவர்களை நிதானமாகப் பார்த்து, வசீகரமாகச் சிரித்து)

இளவழகன் : பைத்தியக்காரப் புள்ளைங்கப்பா நீங்க! வரட்டுமா?

வஸந்த் : வராதீங்க.

(அவன் புன்னகை மாறாமல், ஏதோ நல்ல ஹாஸ்யத்தைக் கேட்டது போல் செல்லும்போது- உள்ளே மஞ்சுளாவும் சிறுவனின் தந்தையும் வருகிறார்கள். அவர்களைப் பார்த்துவிட்டு, குறிப்பாக மஞ்சுளாவை ஊடுருவிப் பார்த்துவிட்டுச் செல்கிறான்)

வஸந்த் : பாஸ்... இவன் ஜட்ஜையும் விலை பேச மாட்டான்னு என்ன நிச்சயம்?

கணேஷ் : எனக்கு அது சாத்தியம்னு தோணலே. இன்னும் அவங்க இண்டிபெண்டன்டாத்தான் இருக்காங்க. இவங்க கட்சி கொஞ்சம் ஆட்டம் கண்டிருக்கு.

வஸந்த் : நாம சாட்சிகளைப் போட்டு குடாய்றதிலே ஜன்னி கண்டுடுச்சு. வாங்க... வாங்க சார்!

மஞ்சுளா : இப்ப வந்தது யாரு? அவரை எங்கேயோ பாத்த மாதிரி இருக்கு.

வஸந்த் : அவரை நீங்க எங்கே வேணாலும் பாக்கலாம்.

மஞ்சுளா : பேரு?

வஸந்த் : அரசியல்

கணேஷ் : சரி சரி. மஞ்சுளா நான் சொன்னதெல்லாம் ஞாபகம் இருக்குல்லே?

மஞ்சுளா : *(உற்சாகத்துடன்)* இருக்கு சார்.

வஸந்த் : நாளைக்குக் கோர்ட்டிலே வந்து பேபேன்னு உளறிடாதீங்க. கேக்கற கேள்விக்குத் தெளிவா, நிறுத்தி நிதானமா பதில் சொல்லுங்க.

கணேஷ் : குறுக்கு விசாரணை கொஞ்சம் காட்டமா இருக்கும். நாகராஜன் கண்டபடி கேட்பார். கோபமே படாதீங்க. அவர் பொய்யா கேக்கறதுக் கெல்லாம் இல்லை இல்லைன்னு பதில் சொல் லுங்க.

வஸந்த் : பயப்படாதீங்க, அடை காக்கறோம். அப்ஜெக் ஷன் பண்ணித் தள்ளிடுறோம். பாஸ், டாக்டர் நரேந்திரன் ஆரம்பத்திலே சொன்னதிலே

விஷயம் இருக்கு. பெரிய சங்கதிகள் எல்லாம் இதுக்குப் பின்னால இருக்கு.

கணேஷ் : தட் மேக்ஸ் இட் மோர் இன்ட்ரஸ்டிங். பாத்துர லாம் வஸந்த். ஜுடிஷியரி இன்டிபென்டண்ட்டா இருக்கிறவரைக்கும் நமக்கு ஜெயிக்க வாய்ப்பு இருக்கு.

தந்தை : டாக்டர் ரொம்ப நல்லவர் சார்.

வஸந்த் : வாங்க, உக்காருங்க. நீங்களும் நம்ம கட்சிதான்.

மஞ்சுளா : அப்ப நான் நாளைக்குக் கோர்ட்டுக்கு வரணுமா சார்?

கணேஷ் : ஆமாம்மா. பயப்படாதே. காலை பத்து மணிக்கு இங்க வந்துடுங்க.

வஸந்த் : இந்த மாதிரி ஸ்மாஷிங்கா புடைவை கட்டிண்டு வராதீங்க. கொஞ்சம் ஸோபரா வாங்க. லிப் ஸ்டிக் எதுவும் வேண்டாம்.

மஞ்சுளா : சரி சார், நான் வரேன்.

(போகிறாள்)

தந்தை : நானும் வரட்டுமா? எனக்கும் நாளைக்குத்தானே ஹியரிங்?

வஸந்த் : இருங்க. உங்ககூடப் பேசணும்.

கணேஷ் : உங்க மகன் இறந்து போனதிலே நாங்க வருத்தப்படறோம். நடந்தது என்னங்கிறதை விவரமாச் சொன்னிங்கன்னா, உங்களை நாங்க எவ்வளவு தூரம் பயன்படுத்த முடியும்னு பாக்க லாம். உங்களுக்கு டாக்டரோட நேர்மையிலே சந்தேகம் இல்லையே?

தந்தை : இல்லவே இல்லை சார். அவர் தன்னாலான முடிஞ்சதை எல்லாம் செய்தார். எப்படிப்பட்ட பெரிய மனிதர் தெரியுமா அவர்!

வஸந்த் : உங்க பையனுக்கு நடந்தது என்ன சார்?

தந்தை : *(நினைவுகளால் சூழப்பட்டவராக)* அவனுக்கு ஒம்பது வயசு சார். அப்ப... எனக்கு ரெண்டு பசங்க சார். மூத்தவன் இப்ப பிளஸ் டூ படிச்சிட்டு இருக்கான். இவன் லேட்டா பிறந்தான். ஆரம்பத்தில அவன் கொஞ்சம் வித்தியாசமான குழந்தைன்னு தெரியல்லே. பியூனியாத்தான் இருந்தான்; அஞ்சு வயசில வித்தியாசம் ஆரம்பிச்சுது. ஆறு மாசத்திலேயே இது சாதாரணக் குழந்தை இல்லேன்னு தெரிஞ்சு போச்சு.

(பின்னால் ஒளி பெற, ஒரு உபாத்தியாயர் கரும்பலகையின் அருகில் நின்றுகொண்டு கண்ணாடியைத் தாழ்த்தி)

உபாத்தியாயர் : ரவி... இங்கே வா. எட்டும் எட்டும் எவ்வளவு எழுது. பார்க்கலாம்டா கண்ணா.

ரவி : எட்டு X 8 = 64 X 8 X 512 X 4096 X 8...

வாத்தியார் : ஏய்... ஏய், என்னடா இது?

ரவி : ஏன் சார் தப்பா? இதுக்கு ஸ்கொயர் ரூட் கண்டு பிடிக்கட்டுமா?

வாத்தியார் : அதுக்கு ஸ்கொயர் ரூட்டா? இதெல்லாம் எங்கேடா படிச்சே?

ரவி : எங்கண்ணா புஸ்தகத்திலே சார்.

வாத்தியார் : உங்கண்ணா எத்தனாவது?

ரவி : டென்த் ஸ்டாண்டர்ட் சார்.

வாத்தியார் : *(காதைத் திருகி)* அந்தப் புத்தகத்தை எல்லாம் நீ படிக்கிறியா? அதிகப்பிரசங்கி.

ரவி : புரியறது சார்.

(ஒளி முன் பகுதியில் விழ)

தந்தை : வாத்தியார் எங்ககிட்ட வந்து கம்ப்ளெய்ன்ட் பண்ண போது எங்களுக்கு முதல்லே புரியல்லே.

(கணேஷும் வஸந்தும் பின்னணியில் இருக்க, தந்தை முன்னே வர, வாத்தியார் அவரிடம் வந்து)

வாத்தியார் : ஓய்... உம்ம பையனுக்கு என்னாலே சொல்லிக் கொடுக்க முடியாது. பெரிய பெரிய புஸ்தகத்தை எல்லாம் அரைகுறையாப் படிச்சுட்டு, அதிகப் பிரசங்கித்தனமா உளறிண்டு இருக்கான். எனக்குக் கணக்குச் சொல்லித் தரான் ஓய். நாளை லேருந்து இவனை ஸ்கூலுக்கு அனுப்ப வேண்டாம். இவனுக்குத்தான் எல்லாம் தெரியுமே!

தந்தை : ஏய் இங்கே வாடா.

(ரவி பயந்துகொண்டே இருட்டிலிருந்து வெளி வருகிறான்)

ரவி : என்னப்பா?

தந்தை : வாத்தியார் சொல்றது நிஜமா?

ரவி : அது வந்துப்பா, அண்ணா புஸ்தகத்திலே படிச்சேன் அதை...

தந்தை : வாடா இங்கே. சார், நீங்க போங்க. நான் பாத்துக்கறேன்.

வாத்தியார் : கண்டிச்சு வைங்க (போகிறார்).

தந்தை : ஏய்... என் பெல்டை எடுத்துண்டு வா.

(இருளில் அவர் ரவியை அடிக்க)

தந்தை குரல் : ஏண்டா வாத்தியாருக்குப் பாடம் சொல்லிக் கொடுக்கறியா?

ரவியின் குரல் : அடிக்காதேப்பா... அடிக்காதேப்பா.

தந்தை : (குரல்) பாமரத்தனமா அடிச்சேன், எங்க வீட்டில் என்கூட ஒரு சைல்ட் ப்ராடிஜி இருக்கான் கிறதைப் புரிஞ்சுக்காம அடிச்சேன். என்னைப் போல் ஒரு ஜடம் யாராவது இருப்பாங்களா சார்? கொஞ்சம் கொஞ்சமாத்தான் அவனுடைய மகிமை புரிய ஆரம்பிச்சது. திடீர்னு வீட்டுக் குள்ளே எதையாவது புதுசா கொண்டு வருவான்.

(காட்சி மாறுகிறது. ரவி ஒரு பொம்மைக் காரை தானாக இயங்க வைத்துக் கொண்டிருக்க)

தந்தை : என்னடா இது?

ரவி : ரிமோட் கண்ட்ரோல்ப்பா. இதில் இருந்து சிக்னல் போறது, காருக்கு.

தந்தை : எங்கிருந்துடா எடுத்துண்டு வந்தே?

ரவி : நானே செஞ்சேம்ப்பா.

அம்மா : ரவி இங்கே வா.

(அவள் நெற்றியைத் தொட்டுப் பார்த்து)

ஏன்னா... குழந்தை ஒரு மாதிரியா நோஞ்சானா இருக்கானே, கண்ணிலே உசிரை வச்சிண்டு. ரவி வாட்டர்பரீஸ் காம்பவுண்டு சாப்பிட்டியோ?

ரவி : *(விளையாட்டில் கவனமாக)* ரிவர்ஸ் போக மாட்டேங்கறது.

அம்மா : தூக்கத்திலே என்னென்னமோ பேத்தறான், அதும் இங்லீஸ்லே. விச்சுளி மாதிரி இருந்துண்டு, என்ன என்னமோ கன்னா பின்னா புஸ்தகமெல்லாம் படிக்கிறான். இவன் வயசுப் பையன்கள்ளாம் அம்புலிமாமா, கல்கண்டு படிக்கிறப்போ, அவன் படிக்கிற புஸ்தகத்தைப் பாருங்கோ... பாருங்களேன்.

தந்தை : என்னடா புஸ்தகம்? காட்டு.

(அவன் கையிலிருக்கும் புஸ்தகத்தை எடுத்துப் பார்த்து)

பூலீன் அல்ஜீப்ரா. ஏண்டா, எதுக்குடா இந்தத் தலைவலியெல்லாம் உனக்கு?

அம்மா : உடம்பிலே ரத்தமே இல்லை பாருங்கோ. சோகை புடிச்ச மாதிரி இருக்கான். அடிக்கடி ஜுரம் வருது. இப்படிப் படிச்சா ரத்தத்தை எல்லாம் படிப்பு உறிஞ்சிடறது.

தந்தை : மாதவராவ் கிட்டே காட்டினியா?

ரவி : அப்பா, அந்த டாக்டருக்கு அனிமியா ஸ்பெல்லிங் தெரியலைப்பா.

அம்மா : ரத்த சோகைன்னுதான் சொன்னார். டானிக் எழுதிக் கொடுத்திருக்கார். அதை எங்கேயாவது சாப்பிட்டாத்தானே?

ரவி : அதிலே 18 பர்சன்ட் ஆல்கஹால்ப்பா.

அம்மா : சாயங்காலமானா தவறாமே ஜுரம் அடிக்கறது.

ரவி : காத்தாலே சரியாப் போயிடறதே அம்மா. என் உடம்பிலே தெர்மோஸ்டாட் மெக்கானிசம் சரியா வேலை செய்யலே போல இருக்கு. ஃபீட் பாம் மெக்கானிசத்தை கொஞ்சம் அட்ஜஸ்ட் பண்ணிக்கணும்.

அம்மா : இத பாருங்கோ... இப்படியே பேசிண்டிருக்கான். ஒண்ணும் சரியா இல்லே. மத்த குழந்தைகளைப்போல இல்லே. டி.வி. பார்க்க மாட்டேன்கிறான்.

ரவி : வேஸ்ட் ஆப் டைம். ஹாபிட் பார்மிங்.

அம்மா : பொம்மை புஸ்தகம் எல்லாம் எல்லாக் குழந்தைகளும் படிக்கறதே. இவன் படிக்க மாட்டானோ.

ரவி : 'அமர் சித்ர கதா' அய்... தூ... அம்மா நம்ம லைப்லே மொத்தம் எத்தனை செகண்டு தெரியுமா... வேதநூல் பிராயம்...

அம்மா : பாத்தீங்களா?... இந்தக் குழந்தை சரியா இல்லே. நல்ல டாக்டர்கிட்டே காட்டியே ஆகணும்.

அப்பா : எல்லாம் கொஞ்ச நாள்லே சரியாகப் போயிடும்.

அம்மா : எல்லாம் கொஞ்ச நாள்லே முத்திப் போயிடும்.

தந்தை : அவ தொல்லை தாங்க முடியாமத்தான் டாக்டர் கிட்டே அழைச்சுண்டு போனேன். டாக்டர் நரேந்திரன்கிட்டே... தெரிஞ்சவர் மூலமா...

(அவர்கள் அப்பாவும் பையனும் மேடையின் குறுக்கே நடந்து - வலது பக்கம் டாக்டர் நரேந்திரனின் அறையில் செல்ல - காட்சி, டாக்டர் அவனைப் பரிசோதித்துப் பார்க்கும் கட்டத்தில் தொடர்கிறது.)

டாக்டர் : *(அவன் கண்ணை விலக்கிப் பார்த்து)* அனிமிக்காத்தான் இருக்கான். சாயங்காலம் ஜுரம் வரப்போ, தர்மா மீட்டர் வச்சுப் பாத்தீங்களா?

ரவி : பார்த்தோம். 99 பாயிண்ட் மூணு நாலுன்னு இருந்தது (99.34). டாக்டர், இதெல்லாம் ஒரு ஜுரமா டாக்டர்! 'அனீமிக்' ஸ்பெல்லிங் சொல்லுங்க பார்க்கலாம்.

டாக்டர் : நீதான் சொல்லேன்.

ரவி : ஏ என் ஏ இ எம் ஐ ஸி.

(மேஜைமேல் இருக்கும் காஸட் டேப் ரிக்கார்டரைத் தட்டுகிறான். அதில் கர்நாடக சங்கீதம் புல்லாங்குழல் ஆலாபனை கேட்கிறது)

ரவி : ரஞ்சனி ராகம்.

அப்பா : *(அதட்டலாக)* ஏய் ரவி.

டாக்டர் : இருங்க. எப்படிப்பா உனக்கு ராகம் தெரியும்?

ரவி : கேட்டுக் கேட்டுப் பழக்கம். ரஞ்சனிக்கு ஆரோகணத்தில் நிஷாதம் கிடையாது. அவரோகணத்தில் உண்டு. சரிகஸான்னு முடியும். ஹரிப்ரஸாத் சௌராஸியா கேட்டிருக்கீங்களா டாக்டர்?

டாக்டர் : *(கவரப்பட்டு)* ரவி... உனக்கு எல்லா ராகமும் தெரியுமா? பிபரே ராம ரஸம்.. என்ன ராகம்?

ரவி : *(அலட்சியமாக)* ஆஹிர் பைரவி, ரைட்?

டாக்டர் : ரைட். ரவி, எப்பவாவது உனக்கு ஐ க்யூ டெஸ்ட் எடுத்திருக்காளோ?

ரவி : நானே ஒரு தடவை பார்த்துண்டேன். 190 வரது, கொஞ்சம் கான்சென்ட்ரேட் பண்ணா 200ஐ தாண்டலாம் டாக்டர்.

(தன் கழுத்தில் தொட்டுக்கொண்டு)

இப்ப பாருங்கோ... லேசா ஜுரம் இருக்கும். 99 பாயிண்ட் 3 இருக்கும். என்னுடைய தர்மோஸ்டாட் வேலை செய்யலைன்னு தெரியறது.

டாக்டர் : இருக்கலாம் ரவி. எதுக்கும் ஒரு பிளட் டெஸ்ட் எடுத்துறலாம் என்ன?

ரவி : என்ன டெஸ்ட் டாக்டர்? ஸெல் கவுண்டா?

டாக்டர் : எல்லாத்தையும் பார்த்துறலாமே?

ரவி : அப்பா, நம்ம ரத்தத்திலே ஒரு க்யூபிக் மில்லி மீட்டர்லே எத்தனை ரெட் ஸெல் தெரியுமோ? 40 லட்சத்திலே இருந்து 60 லட்சம். ஒய்ட் ஸெல்ஸ் நாலாயிரத்திலேருந்து பத்தாயிரம் வரைக்கும். சரிதானே டாக்டர்?

அப்பா : *(பயத்துடன்)* இப்படித்தான், எல்லார் கிட்டே யும், எல்லாத்தையும் கொஞ்சம் கொஞ்சம் தெரிஞ்சு வச்சுண்டு பேசுவான்.

டாக்டர் : அப்படி இல்லை ஸ்வாமி. இந்தப் பையன் ஒரு பிராடிஜி. ஆனா...

(சற்று கவலையுடன்)

சில சிம்ப்டம்ஸ்தான்... உம்?

(ஒரு ஊசியைக் கொண்டு வர)

ரவி... இப்படி உட்காரு.

ரவி : *(தன் சட்டையை உயர்த்திக்கொண்டு)* விய்ன்ல தானே குத்தப்போறீங்க? வலிக்காது இல்லே?

(டாக்டர் அறை இருள)

அப்பா குரல் : *(திரும்பிவந்து - தொடர்ந்து)* பிளட் டெஸ்ட் ரிசல்ட் வந்ததும், டாக்டர் நரேந்திரன் முதல் அதிர்ச்சியைத் தந்தார்.

(கணேஷ் வஸந்த் நிழலில் இருக்க - அவர்களுக்கு முன் ரவியின் வீட்டில் நடப்பதுபோல காட்சி தொடர்கிறது. டாக்டர் நரேந்திரன் சற்று அவசரமாக நுழைய)

அப்பா : டாக்டர்... நீங்க எங்கே இந்தப் பக்கம்? சொல்லி அனுப்பியிருந்தா நானே வந்திருப்பேனே!

டாக்டர் : பரவாயில்லே. பையன் எங்கே?

அப்பா : மாடியிலே படிச்சுண்டு இருக்கான், கூப்பிடட்டுமா?

டாக்டர் : வேண்டாம். உங்க மனைவி எங்கே?

அப்பா : கோயிலுக்குப் போயிருக்கா, ஏன் டாக்டர்?

டாக்டர் : நீங்க தனியா இருக்கறதே நல்லதுதான். ரவியோட பிளட் டெஸ்ட் ரிப்போர்ட் வந்தது. அவனை நான் இன்னும் பரிசோதிக்கணும். நாளைக்கு ஆஸ்பத்திரிக்குக் கூட்டிண்டு வரீங்களா?

அப்பா : ஏன் டாக்டர் ஏதாவது...

டாக்டர் : ஆமா, அவனுக்கு லுக்கிமியா இருக்கலாம்னு சந்தேகப்படறோம்.

அப்பா : லுக்கிமியான்னா...?

ரவி : *(நுழைந்து)* எக்ஸஸ் ப்ரொடக்ஷன் ஆப் ஒயிட் கார்பஸில்ஸ். அதானே டாக்டர்?

டாக்டர் : அட... நீ எப்ப வந்தே?

ரவி : வந்துண்டே இருக்கேன். ஏன் டாக்டர், எனக்கு பிளட் கான்ஸர்னு சஸ்பெக்ட் பண்றிங்களா?

டாக்டர் : ரவி, நீ இதெல்லாம் பேசக்கூடாது... சார், நீங்க பையனை அழைச்சுண்டு நாளைக்குக் காலைல வாங்க. அடையார் போகணும். வரட்டுமா?

அப்பா : *(அவர் செல்ல)* ஒண்ணுமே புரியலியே.

ரவி : இதிலே புரியறதுக்கு என்னப்பா இருக்கு. போன் மேரோ இல்லை? அதிலே இருந்துதான் வெள்ளை ஸெல்கள் எல்லாம் உற்பத்தி ஆகிறது.

அப்பா : ஐயோ... இப்ப ஸயன்ஸ்ஸை ஆரம்பிக்காதேயேன். ஏய்... ரவி இதுக்கு மருந்து இருக்குல்லே?

ரவி : இருக்கும்ப்பா, கிமோ தெராப்பின்னு சொல்லுவா. அப்புறம் மாஸிவ் அண்ட் ஃபரீக்வெண்ட் பிளட் டிரான்ஸ்ஃப்யூஷன்.

அப்பா : சரியாப் போயிடுமோல்லியோ?

ரவி : அதிகமா சான்ஸ் இல்லே. என்ன ஸ்டேஜிலே இருக்குன்னு பாக்கணும். அட்வான்ஸ் ஸ்டேஜின்னா ஆறு மாசம்கூடத் தாங்கமாட்டேன்.

அப்பா : அரைகுறையா படிச்சுண்டு ஏதாவது உளறாதே.

அம்மா : *(உள்ளே வந்து)* கோயிலுக்குப் போயி... நம்ம ரவி பேர்லே ஒரு அர்ச்சனை பண்ணிட்டு வந்தேன். ஏன்னா... டாக்டர் வந்து இருந்தாராமே? என்ன சொன்னார்?

ரவி : நல்லசேதிதான் சொன்னாரம்மா. நாளைக்கு மறுபடி டெஸ்ட். அது முடிஞ்சப்பறம்தான் மருந்து எழுதித் தருவாராம்.

அம்மா : *(உள்ளே சென்றுகொண்டு)* எல்லாம் நல்லபடியாகத்தான் ஆயிடும். லஸ் புள்ளையார் இருக்காரே சக்தின்னா சக்தி அவருக்கு.

ரவி : *(அவள் போனதும்)* கொஞ்சம் நாளைக்கு லஸ் புள்ளையாரையே நம்பிண்டு இருக்கட்டும். இப்போ சொன்னா அழுது ஊரைக் கூட்டிடுவா... நாளைக்குப் பேசலாம்பா. மாடியிலே கொஞ்சம் பிஸியா இருக்கேன், சின்னதா ஒரு ஸோலார் ஸெல் பண்ணிண்டு இருக்கேன்.

(அவன் செல்ல அப்பா அந்தத் திக்கையே பார்த்துக் கொண்டிருக்க - மெல்ல கணேஷ் வஸந்தின் மேல் ஒளி விழ- அப்பா அவர்களுடன் சேர்ந்து கொள்கிறார்.)

அப்பா : அவனை எப்படி கணிக்கறதுன்னே தெரியல்லே. அவனுக்கு என்ன வயசு? ஒம்பதா... தொண்ணூறா?

கணேஷ் : அதுக்கப்புறம் என்ன ஆச்சு?

அப்பா : அப்புறம் என்ன? நடைதான். அலைச்சல்தான். அடையாறுக்கும் ஜெனரல் ஆஸ்பத்திரிக்கும் எத்தனை டெஸ்ட். எத்தனை முறை இன்ச் இன்சா

ரத்தத்தை அவன்கிட்டே இருந்து உறிஞ்சி, கண்ணாடிக்குள்ளே வாங்கிண்டு வாங்கிண்டு, இங்கிலீஷ்ல அவா கூடிக் கூடிப் பேசிண்டு, எல்லோரும் சேர்ந்துண்டு தலைலே பெரிசா ஒரு குண்டைப் போட்டுட்டா.

வஸந்த் : என்னது?

அப்பா : அவனும் கொஞ்சம் கொஞ்சமா விழுந்துண்டு தான் இருந்தான். அடிக்கடி ஜுரம் வர ஆரம் பிச்சது. அப்புறம் மூக்கு ஓட்டையில் ரத்தம் வர ஆரம்பிச்சது. எத்தனையோ தடவை பாட்டில் பாட்டிலா ரத்தம் கொடுத்துப் பார்த்துட்டா. பலன் இல்லை. கிமோ தெராபின்னு அலையா அலைஞ்சோம், பிரயோசனமில்லை. அப்பத் தான் டாக்டர் அந்தப் புது மருந்தைப் பற்றி என்கிட்டே சொன்னார்.

(வலது பக்கம் ஒளி - டாக்டர் அறை - உள்ளே அப்பா, அம்மா நுழைய)

டாக்டர் : வாங்க ஈஸ்வரன், ரவி எப்படி இருக்கான் இன்னிக்கு?

அப்பா : தூங்கிண்டு இருக்கான்.

அம்மா : ஆகாரம்தான் சரியாகவே உள்ளே போக மாட் டேன்கிறது, டாக்டர். ஒரு புள்ளை சாப்பிட மாட் டானோ?

அப்பா : டாக்டர், நேத்திக்கு பண்ணின பிளட் டெஸ்டில ஏதாவது குணம் தெரியறதா டாக்டர்?

டாக்டர் : மிஸ்டர் ஈசுவரன், உங்ககிட்டே இனிமேலும் மறைச்சு வச்சுப் பிரயோசனமில்லே. நீங்களும் மனசை தைரியப்படுத்தி வச்சுண்டு கேளுங் கம்மா. உங்க பையனுக்கு என்ன வியாதின்னு தெரியுமில்லே?

அம்மா : எனக்குத் தெரியாது டாக்டர். என்கிட்டே சரி யாகவே ஒருத்தரும் சொல்லல்லே.

டாக்டர் : இப்ப நீங்களும் சரியா தெரிஞ்சிக்க வேண்டியது முக்கியம்மா. அவனுக்கு ரத்தத்திலே சாதாரணமா இருக்க வேண்டிய செல் கணக்கு எல்லாம் எக்குத்தப்பா சிதறிப் போச்சு. அனாவசியத்துக்கு ஒரு வகையான செல் ஏராளமா அவன் உடம்புக் குள்ள உற்பத்தி ஆறது. இதான், சிம்பிளாச் சொன்னா, அவன் வியாதி. இதனோட டிரிக்கர் மெக்கானிசம் தூண்டுகோல் - என்னன்னு, அமெரிக்காவிலே, உலகத்திலே பல பாகங் களிலே ரிசர்ச் பண்ணியிருக்கா, இன்னும் முழுக்கக் கண்டுபிடிக்கல்லே. அது கண்டுபிடிக் கிற வரைக்கும் சம்பிரதாயமான முறையிலேதான் சிகிச்சை பண்ணணும். அது என்ன சிகிச்சை? ரத்தத்தை அப்பப்ப வெளியிலே இருந்து குடுத்து மாத்தறது. அப்பறம் அவன் போன்மேரோ, அதாவது எலும்புத் தண்டுக்குள்ளே பஞ்சு மாதிரி இருக்கிற பொருளை ரீ பிளேஸ் பண்றது. இரண்டையும் பண்ணிப் பார்த்துட்டோம். ரொம்ப ராபிடா லுக்கோஸைட் கவுண்ட் அதிகரிச் சுடறது... அக்யூட் லுக்கிமியா. இந்த ரேட்டில் உங்க பையன், இன்னும் ரெண்டு மூணு மாசம், அதிகப்படியாப் போனா, ஆறு மாசம்தான் இருப்பான்னு சொல்ல முடியும்.

(அம்மா அழ ஆரம்பிக்க)

இருங்கம்மா... இருங்க. இன்னும் நான் சொல்லி முடிக்கல்லே. அதுக்குள்ளே அழுதா எப்படி? மிஸ்டர் ஈஸ்வரன், நான் அமெரிக்காவிலே கொஞ்ச காலம் இருந்திருக்கேன். ஜான்ஸ் ஹாப் கின்ஸ்ன்னு ஒரு பெரிய ஆஸ்பத்திரியிலே. அங்கே இருந்த போது எனக்கு, இந்த பிளட் கான்ஸர் ரிசர்ச் பண்ணிக்கிட்டிருந்த பல டாக்டர்களைத் தெரியும். அவங்க அப்பவே ‘லீட்ரில்’னு (Laetril) ஒரு புது மருந்தை சில டெர்மினல் பேஷண்ட்ஸ்கிட்டே ட்ரை பண்ணிக்கிட்டு இருந்தாங்க. அதிலே சில கேஸ்களில் ஆச்சரியகரமாக க்யூர் ஆகியிருக்கு. சிலது பெயிலும் ஆகியிருக்கு. அந்த மருந்து இன்னும் அமெரிக்காவிலேயே அங்கீகாரம்

பெறலே. அதைப் பத்தி நிறைய கான்ட்ரவர்ஸி இருக்கு. ஆனா சில கேஸ்லே மாஜிக் மாதிரி க்யூர் பண்ணியிருக்கிறதை நான் என் கண்ணாலே பாத்திருக்கேன். அந்த மருந்து ரொம்ப விலை ஜாஸ்தி, இருந்தாலும் நான் எழுதினா, அங்கே இதிலே ரிசர்ச் பண்ணிக்கிட்டு இருக்கற டாக்டர் ஒருத்தர் அனுப்புவார். பணத்தைப் பத்தி கவலைப் படாதீங்க. என்ன சொல்றீங்க? நான் அதை வரவழைக்கட்டுமா! உங்க சம்மதம் இருந்தா, அந்த ட்ரீட்மெண்டை நான் தரேன். உங்க பையனைப் போல ஒரு பாய் ப்ராடிஜிக்கு இந்த வியாதி வந்தது ரொம்ப துரதிருஷ்டம். இன்னைய தேதிக்கு மருத்துவ சாஸ்திரத்திலே உள்ளது எல்லாத்தையும் முயற்சிப் பண்ணிப் பாக்கறது, உங்க பையன் மாதிரியான ஒரு முக்கியமான பிரஜைக்குச் சமூகம் செய்ய வேண்டிய கடமை. இவன் பிழைச்சு எழுந்து வந்து, படிச்சு, ஒரு டாக்டராகி, ரிசர்ச் பண்ணான்னு வச்சுக்கங்க... இப்ப இருக்கற எல்லா டாக்டர்களையும் நூற்றாண்டு கணக்கா தண்ணி காட்டிண்டு இருக்கிற இந்த வியாதிக்கு, இவன் மூலமா பூர்ண சிகிச்சைக்கான மருந்து கண்டுபிடிக்கப்படலாம், இல்லையா? என்ன சொல்றீங்க? ட்ரை பண்ணட்டுமா?

அப்பா : நீங்க எப்படிச் சொல்றேளோ...அப்படியே ஆகட்டும் டாக்டர். நீங்க பழைய முறையிலே ஹோப்பே இல்லேங்கற போது, இந்தப் புதுசை முயற்சி பண்ணித்தான் ஆகணும்.

அம்மா : சரியாயிடுமா டாக்டர், சரியாய்டும்னு சொல்லுங்களேன்.

டாக்டர் : முயற்சி பண்றேன்மா. அவன் உங்க பையன் மட்டுமில்லே, எனக்கும் இந்தத் தேசத்துக்கும் முக்கியமானவன்னு சொல்வேன். முயற்சி பண்றேன்.

அம்மா : அமெரிக்காவிலேருந்து புதுசா ஒரு மருந்து... என் பிள்ளைக்குன்னு ஸ்பெஷலா

வரவழைக்கறேன்னு சொல்றீங்களே சரியாய்ப் போய்த்தானே ஆகணும்?

(அவர்கள் பகுதி இருள - அப்பா மீண்டும் முன் பகுதியில் சேர்ந்து கொள்கிறார்.)

*அப்பா :* சரியா பதினைஞ்சு நாளிலே வரவழைச்சுட்டார். அமெரிக்காவிற்கு கேபிள் அடிச்சு, டெலி போன்லே பேசி, ஏர் இண்டியாவிலே பேசி, மன்னாடி அந்த மருந்தை வரவழைச்சார். ரொம்ப விலைன்னு சொன்னா. அதை இவர் தான் காசு கொடுத்தாரோ... இல்லே அவாதான் இவர் மேலே இருக்கற ப்ரீதியிலே ப்ரீயாகக் கொடுத்தாளோ? கொண்டு வந்துட்டார். முழுக்க என் சம்மதம் இருக்கான்னு திருப்பித் திருப்பிக் கேட்டார். மத்த பேருக்கு இந்த விவரம் தெரியவே கூடாதுன்னு எச்சரிக்கை செஞ்சார். அந்த சிகிச்சை ஆரம்பிச்ச முதல் நாள்...

(இப்போது காட்சி முதல் சீனுடன் குறிப்பிடப்பட்ட காட்சியுடன் ஒட்டிக் கொள்கிறது. அப்பா ரவியை மெல்ல அழைத்துக்கொண்டு வருகிறார். அவனை உட்கார வைத்து...)

*டாக்டர் :* என்ன ரவி, எப்படி இருக்கே?

*ரவி :* நீங்கதான் சொல்லணும் டாக்டர்.

*டாக்டர் :* உம்... 133 ப்ரைம் நம்பர் இல்லையா? சொல்லு பார்க்கலாம்.

*ரவி :* இல்லே டாக்டர், அது ஏழாலே வகுபடும். எனக்குத் தெரிஞ்ச லார்ஜஸ்ட் ப்ரைம் நம்பர் எழுதிக் காட்டட்டுமா டாக்டர்?

*டாக்டர் :* எங்கே?

(அவன் எழுத, தாயும் தந்தையும் டாக்டரை சோகத்துடன் பார்க்கிறார் கள்)

*டாக்டர் :* எதுக்காக கவலைப்படறீங்க, ஈஸ்வரன்! பேர்லயே ஈஸ்வரனை வச்சுண்டு இருக்கீங்க. நான்

இப்போ கொடுக்கப் போற இன்ஜெக்ஷனால நிறைய வெற்றி வாய்ப்பு இருக்கு. பார்த்துண்டே இருங்களேன். பளிச்சுன்னு சரியாப் போயிடும்.

ரவி : டாக்டர் மாமா... பாருங்க.

டாக்டர் : அடேயப்பா... இவ்வளவு பெரிய நம்பரா? எப்படி ப்ரைம்னு சொல்றே?

ரவி : அதுக்கு ஒரு கம்ப்யூட்டர் ப்ரொக்ராம் இருக்கு மாமா.

டாக்டர் : அடேயப்பா! உனக்கு ப்ரொக்ராமிங் தெரியுமா?

ரவி : அதையும் கத்துண்டேன்.

(தாய் அழத் துவங்க)

அம்மா எதுக்கு அழறே? அழாதேம்மா. எதுக்கு அழறே? நான் செத்துப் போயிடுவேன்னா? அதான் டாக்டர் லீட்ரில் ட்ரை பண்ணப் போறாரே? டாக்டர், அதைப்பத்தி டைம் மாகசீன்லே படிச்சேன். சில பேர் பூரண சுகமாயிருக்காங்க டாக்டர். ஜெனடிக் கோடையே க்ராக் பண்ணிட்டாங்க. அம்மா, விஷயம் ரொம்ப சிம்பிள், ஒரு ஸெல்லுக்கு அதனுடைய அமைப்பில் இப்படி வளரணும், இத்தனை எண்ணிக்கை வரைக்கும் தான் வளரணும்னு அதனுடைய மாலிக்யூலர் டிரக்ச்சர்லே பதிஞ்சிருக்கு. அது ஏதோ சில சமயத்திலே, காரணமே இல்லாமே, அதுக்கு ஒரு புதுசா ஒரு ட்ரிக்கர் கிடைச்சி ஏகப்பட்ட ஸெல்லாப் பிரியறது. அதான் கான்சர். அந்த ட்ரிக்கர் மெக்கானிசத்தைப் பத்திதான் இப்போ ஆராய்ச்சிப் பண்ணிண்டு இருக்கா. டாக்டர், நான் சொல்றது கரெக்ட்தானே?

(டாக்டர் அவனை ஆச்சரியத்துடன் பார்த்துக் கொண்டிருக்க)

ரவி : *(பயத்துடன்)* டாக்டர்... ப்ளீஸ்... என்னைக் காப்பாத்துங்க. ஏதாவது செய்து எனக்கு சரியாய்டும்படி பண்ணிடுங்க. எனக்கு செத்துப்

போக இஷ்டமில்லே. நிறைய படிக்க வேண்டி யிருக்கு. நிறைய பாக்க வேண்டியிருக்கு. நிறைய... நிறைய...

டாக்டர் : *(ஆதுரத்துடன்)* கவலைப்படாதே ரவி. உன்னை விடமாட்டேன்.

அப்பா : *(குரல் மட்டும்)* பத்து நாளிலே அந்த மருந்தை கொடுத்துப் பார்த்தும் எங்க துரதிருஷ்டம், அவன் பிழைக்கலே. போய்ட்டான். அவனை என்னன்னு சொல்றது? பத்து வயசுக்குள்ள எண்பது வயசுக்கு உண்டான ஞானத்தை அவசர அவசரமாக வாங்கிண்டு போய்ட்டான். அவனை ஒரு அவதாரம்னு சொல்றதா... ஃப்ரீக்குன்னு சொல்றதா? அவன் யாரு? புயல் மாதிரி எங்க வாழ்க்கையிலே, ஆவேசமா அடிச்சுட்டு ஓஞ்சுப் போயிட்டான். ரவி... ரவி...

(காட்சி தொடர்கிறது)

தாய் : என் புள்ளே... என் புள்ளே... போய்ட்டான் டாக்டர்.

தந்தை : டாக்டர் சரியாப் போயிடும்னு சொன்னீங்களே டாக்டர்?

டாக்டர் : என்ன பண்றது. ரீ ஆக்ஷன் கொஞ்சம் அட்வான்சா ஆயிடுச்சு. சரியாப் போயிடும்னுதான் மருந்தை கொடுத்துப் பார்த்தது. ப்ராப்தம் இல்லே. போயிட்டான். உங்களுக்கு இன்னொரு மகன் இருக்கான் இல்லையா?

தாய் : என்ன டாக்டர் இப்படி சொல்றீங்களே?

டாக்டர் : என்னம்மா பண்றது? குணமாயிடும்னு நம்பிக்கையோடதான் கொடுக்கறோம். சில வேளைகளில் சில பேஷண்டுகளுக்கு வேறே மாதிரி, ரியாக்ட் பண்ணிடறது. ஒரு சாலை விபத்து ஏற்படறதில்லையா! அதிலே செத்துப் போயிட்டான்னு நினைச்சுக்க வேண்டியதுதான்.

(இந்தக் காட்சியில் நடிக்கும்போது டாக்டரின் பேச்சுத் தொனியில் அனுதாபம்தான் பிரதானமாக இருக்க வேண்டும். முதல் காட்சியில் இதே சம்பாஷணை பிராசிகியூஷன் தரப்பிலிருந்து கொடுக்கப்படும்போது, டாக்டரின் குரலில் கண்டிப்பும் அலட்சியமும் பிரதானமாகக் காட்டியிருக்க வேண்டும். இதே விதியை முன் சொன்ன மற்ற இரண்டு இரட்டைக் காட்சிகளுக்கும் பிரயோகப்படுத்தலாம்)

(டாக்டர் தொடர்ந்து அதே காட்சியில்)

டாக்டர் : அம்மா, இத பாருங்க. என்னாலே சாத்தியமானது எல்லாத்தையும் செஞ்சு பார்த்துட்டேன். இது எனக்கு ஒரு தோல்விதான். ஆனா அந்த வியாதி ஒரு ராட்சசன். அவனை இன்னும் நாங்க ஜெயிக்கல்லே. ஆனா உங்க மகன் கேஸ்லே சும்மா விட்டுக் கொடுக்கலை நான். கடைசி வரைக்கும் ஃபைட் பண்ணித்தான் பார்த்தேன். இதை நான் ஆறுதலா சொல்லலே, உலகத்தில் எந்த ஒரு முன்னேற்ற நாட்டில் இருந்திருந்தாலும் அவனுக்கு இதைவிட சிறப்பா வைத்தியம் பாத்திருக்க முடியாது. இந்த விதத்தில் வைத்தியம் சிறப்பா பார்க்காமே மகன் போயிட்டானோன்னு சந்தேகம் வேண்டாம் உங்களுக்கு. ஈஸ்வரன்... ஐ ட்ரை மை பெஸ்ட்... மை பெஸ்ட்.

(மேஜையில் குத்தி)

ரவி... ரவி...

(அழுகிறார். பின்னணியில் அவன் கடைசி வார்த்தை ஒலிக்கிறது)

ரவியின் குரல் : டாக்டர் ப்ளீஸ்... என்னைக் காப்பாத்துங்க ஏதாவது செஞ்சி...

(மேடையின் முன்பகுதி மறுபடி ஒளிபெற, அப்பா, வஸந்த், கணேஷ்)

கணேஷ் : *(சிந்தனையுடன்)* சார்... நீங்க எங்க பக்கம் சாட்சி சொல்ல தயார்தானே?

அப்பா : நிச்சயம். அந்த ஆள் மருந்துக்காக சொந்தக் காசை செலவழிச்சிருக்கார் சார்... இருபதாயிரமோ என்னவோ.

வஸந்த் : இதை நீங்க கோர்ட்டிலே சொன்னாப் போதும் சார். பாஸ்... கேஸ் ஜெயிச்சுடும். டாக்டர் பெரிய ஆளுன்னு தெரியுது. அந்தப் பொண்ணு, இவர் ரெண்டு பேரும் ஒழுங்கா உண்மையைச் சொன்னாப் போதும். நாம டாக்டரைக்கூட கூண்டிலே நிறுத்த வேண்டியதில்லை.

கணேஷ் : இல்லை வஸந்த். அவரை நாம நிறுத்தித்தான் ஆகணும். அது எப்போன்னுதான் நாம சரியா டைம் பண்ணணும்.

வஸந்த் : அவர் தனக்கு எதிரா சாட்சி சொல்ல ஆரம்பிச்சா?

கணேஷ் : அது நாம்ப கேக்கற கேள்வியைப் பொறுத்து. ஒன் கேன் நாட் இன்க்ரிமினேட் ஒன் செல்ஃப். அது இன் - அட்மிஸிபில். பாக்கலாம்.

வஸந்த் : நாளைக்கு டிபன்ஸ் தரப்பு ஆரம்பிக்கறது இல்லே!

(ஒளி மங்குகிறது. மறுபடியும் கோர்ட். முதல் காட்சியைப்போல டாக்டர் கூண்டில் நிற்க, கணேஷ், வஸந்த் சுறுசுறுப்பாக காகிதங்களைப் பார்த்துக் கொண்டிருக்க - பார்வையாளர் இளவழகன் நாகராஜனுடன் சுமுகமாகப் பேசிக்கொண்டு உட்கார்ந்து இருக்க - நீதிபதி வந்து உட்கார)

நீதிபதி : மிஸ்டர் கணேஷ், உங்க சாட்சிகளைத் தொடரலாம்.

கணேஷ் : டிபன்ஸ் தரப்பில், எங்கள் முதல் சாட்சி குமாரி மஞ்சுளா.

சேவகன் : மஞ்சுளா... மஞ்சுளா...

(மஞ்சுளா தலையைக் குனிந்துகொண்டு வரும்போது ஒருமுறை இளவழகனைப் பார்த்து, பயந்து திரும்பிக் கொண்டு, கூண்டுக்குள் போகிறாள். இளவழகன் சுவாரஸ்யமாகப் புன்னகையுடன் அவளைப் பார்க்கிறான்)

கணேஷ் : உங்க பேர்?

மஞ்சுளா : மஞ்சுளா.

கணேஷ் : என்ன வேலையில் இருக்கீங்க?

மஞ்சுளா : டாக்டர் நரேந்திரன்கிட்டே அவர் ஆபீசிலே எல்.டி.சி.யா.

கணேஷ் : எத்தனை வருஷம்?

மஞ்சுளா : ஏழெட்டு வருஷமா.

கணேஷ் : மிஸ் மஞ்சுளா, டாக்டர் நரேந்திரனைப் பத்தி இந்தக் கோர்ட்டில் உங்க சம்பந்தமா ஒரு குற்றச்சாட்டு இருக்கு. அதைப்பத்தி தெரியுமா உங்களுக்கு?

மஞ்சுளா : தெரியும்.

கணேஷ் : அந்தக் குற்றச்சாட்டில் டாக்டர் உங்களுக்கு ஒரு விதத்தில் உதவி செஞ்சதா... யுவர் ஆனர் எக்ஸ்ப்ளிஸிட்டா அதைச் சொல்ல வேண்டாம்னு பாக்கறேன்... சாட்சியினுடைய இளமையையும் நிலைமையும் உத்தேசித்து.

நீதிபதி : என்ன நாகராஜன்?

நாகராஜன் : எனக்கு ஆட்சேபணை இல்லே. ரெண்டு பேரும் ஒரே கர்ப்பத்தைப் பத்தித்தான் பேசிக்கிட்டிருக்கோம்னு உத்தரவாதமா மிஸ்டர் கணேஷ் சொல்லிட்டாப் போதும்.

கணேஷ் : *(முறைத்து)* அதேதான். மிஸ் மஞ்சுளா... அந்த மாதிரி டாக்டர் உங்களுக்கு உதவி செஞ்சது உண்மைதானே?

மஞ்சுளா : ஆமா, என்னை அந்தக் களங்கத்திலிருந்து விடுதலை செஞ்சார்.

கணேஷ் : *(சற்று எதிர்பார்ப்புடன், புன்னகையுடன்)* அந்தக் களங்கம் உங்களுக்கு ஏற்பட்ட சூழ்நிலை, அதை டாக்டர்கிட்டே சொல்லச் சொன்னது, அவர் உங்களுக்குக் காட்டின சிம்பதி, எதுக்காக உங்களுக்கு உதவி செஞ்சார், இதை எல்லாம் கொஞ்சம் விவரமாச் சொல்ல முடியுமா?

நாகராஜன் : ஒன் பை ஒன்... ப்ளீஸ் மிஸ்டர் கணேஷ்.

மஞ்சுளா : *(தயக்கத்துடன்)* முடியும்.

கணேஷ் : சரி, ஒவ்வொன்னாக் கேக்கறேன். அந்தக் களங்கம் உங்களுக்கு யாராலே ஏற்பட்டது?

மஞ்சுளா : டாக்டர் நரேந்திரனால்.

கணேஷ் : *(திடுக்கிட்டு)* என் கேள்வியைச் சரியாப் புரிஞ்சுண்டு பதில் சொல்லுங்க. நான் கேட்டது உதவி செஞ்சதைப் பத்தி இல்லே. உங்களை யார் பலாத்காரம் பண்ணினது? ஹு ரேப்ட் யூ?

மஞ்சுளா : டாக்டர் நரேந்திரன்தான். ஒரு நாள் மாலை... இல்லே ராத்திரி நான் தனியா இருக்கறபோது...

(கணேஷ் ஸ்தம்பித்து நிற்க)

நீதிபதி : மிஸ் மஞ்சுளா... நீங்க அவர் கேள்வியை சரியா காதிலே வாங்கிக்கல்லே. அவர் கேக்கறது களங்கத்தைப் பத்தி. நீங்க செஞ்சதைப் பத்தி சொல்றேள்னு நினைக்கிறேன்.

மஞ்சுளா : *(ஒப்பிப்பதுபோல்)* இல்லை. என்னை பலாத்காரம் பண்ணினது டாக்டர்தான். அவர்தான் எனக்கு அந்தக் கதி நேர்ந்ததுக்குக் காரணம். அதுக்கப்புறம் அவரே, 'கவலைப்படாதே, நான் கலைக்கறதுக்கு எல்லா ஏற்பாடுகளும் செய்து தர்றேன்'னு சொல்லி...

வஸந்த் : *(துள்ளி எழுந்து)* இனப்... இனப்... யுவர் ஆனர், இந்த விட்னஸ் ஹாஸ்டைலா மாறிட்டாங்க. எங்ககிட்டே வேறே விதமாச் சொன்னாங்க. என்னமோ ஆயிருக்கு. மேற்கொண்டு இவங்களைக் கேள்விக் கேட்க விரும்பலே. மிஸ் மஞ்சுளா... யூ பிளடி *(பிட்ச்)*.

கணேஷ் : வஸந்த், ஹோல்ட் இட்! மிஸ்டர் நாகராஜன், உங்க குறுக்கு விசாரணை உண்டா?

நாகராஜன் : ஓ... நோ. நோ கொஸ்சின்ஸ் ப்ளீஸ்.

கணேஷ் : நீங்க போகலாம்.

(மஞ்சுளா தலையைக் குனிந்துகொண்டு செல்கிறாள். டாக்டர் புன்னகைக்கிறார். இளவழகன் தனக்கு எதுவுமே சம்பந்தம் இல்லாதது போல சிந்தனையில் இருக்க)

நீதிபதி : கணேஷ், உங்க சாட்சிகளை சரியா தயாரிக்க லேன்னு தெரியுது.

வஸந்த் : தயாரிச்சிட்டாங்க. அதான் ப்ராப்ளம்.

நீதிபதி : உங்க நெக்ஸ்ட் விட்னஸ்?

கணேஷ் : *(வஸந்துடன் கூடிப் பேசுகிறான். பின் தலையை ஆட்டி)* யுவர் ஆனர்... எங்கள் அடுத்த சாட்சி மிஸ்டர் ஈஸ்வரன்.

சேவகன் : ஈஸ்வரன்! ஈஸ்வரன்!

(ஈஸ்வரன் நேராகப் பார்த்துக்கொண்டு வர- வஸந்த் அவரிடம் சாடையாக 'சரியாகச் சொல்லுங்க சார்' என்கிறான்)

கணேஷ் : உங்க பேர்?

ஈஸ்வரன் : ஈஸ்வரன்.

கணேஷ் : *(சற்று அலுப்புடன்)* உங்க மகன் பேர்?

ஈஸ்வரன் : ரவி.

கணேஷ் : உங்க மகன் லுக்கிமியா கம்ப்ளெயின்ட்லே ஆஸ்பத்திரியிலே அட்மிட் ஆகி...

ஈஸ்வரன் : இறந்து போனது வாஸ்தவம்தான்.

கணேஷ் : ட்ரீட்மெண்ட் பொறுப்பை எடுத்துண்டது...

ஈஸ்வரன் : டாக்டர் நரேந்திரன்.

கணேஷ் : டாக்டர் நரேந்திரன் இந்த கேஸிலே சொந்தமா முயற்சிகள் எடுத்துண்டு பிரத்யேகமா கவனிச் சதா சொல்ல முடியுமா?

ஈஸ்வரன் : ம்... கவனிச்சார்.

கணேஷ் : இந்த வியாதிக்காக, அமெரிக்காவிலே இருந்து பிரத்யேகமான மருந்தை தருவிச்சது உங்களுக்குத் தெரியுமா?

ஈஸ்வரன் : தெரியும்.

கணேஷ் : அந்த மருந்து, ரொம்ப விலை உயர்ந்ததுன்னும் தெரியுமில்லே.

ஈஸ்வரன் : தெரியும்.

கணேஷ் : அந்த மருந்தை பிரயோகிக்கறதுக்கு முன்னாடி டாக்டர் சம்பிரதாய முறைப்படி எல்லா சிகிச்சையும் செய்து பார்த்துட்டதும்...

ஈஸ்வரன் : வாஸ்தவம்தான்.

கணேஷ் : அந்த மருந்தை பிரயோகிக்கறதுக்கு முன்னாடி, உங்ககிட்டே அனுமதி கேட்டுக்கிட்டுதானே செஞ்சார்?

ஈஸ்வரன் : இல்லை.

கணேஷ் : ஈஸ்வரன்... கேள்வியை சரியா காது கொடுத்துக் கேளுங்க. வீட்ரில் போடறதுக்கு முன்னாடி டாக்டர் நரேந்திரன் அதைப் பத்தி எல்லாத்தையும் விளக்கமாச் சொல்லி, அதிலுள்ள ரிஸ்க் எல்லாத்தையும் சொல்லி, உங்ககிட்ட அனுமதி வாங்கிண்டு, அதுக்கப்புறம்தானே சிகிச்சை ஆரம்பிச்சார்?

ஈஸ்வரன் : இல்லை.

கணேஷ் : வாட்ஸ் ஹாப்பனிங்? ஈஸ்வரன், நீங்க எங்ககிட்டே சொன்னதுக்கு ஏன் ஏறுமாறாச் சொல்றீங்க?

ஈஸ்வரன் : *(நேராக டாக்டரைப் பார்த்து)* ஹி கில்ட் மை ஸன்! என்னென்னமோ ஏறுமாறா மருந்தைக் கொடுத்து அவன் மேல் பரிசோதனை எல்லாம் பண்ணி, அவனைக் கொன்னுட்டார். அவர் தான்... அந்த டாக்டர் நரேந்திரன்.

நீதிபதி: மிஸ்டர் கணேஷ்... வாட்ஸ் திஸ்? இந்த விட்னஸ் பிராஸிக்யூஷனா? டிபென்சா?

கணேஷ் : *(அதிர்ந்துபோய்)* ஐ ஆம் ஸாரி யுவர் ஆனர். எல்லோரும் ஹாஸ்டைலா மாறிக்கிட்டிருக்காங்க.

நீதிபதி : இப்ப இவரைத் தொடர்ந்து கேள்வி கேட்கப் போறீங்களா? இதிலே உங்க கேஸ் பாதிக்கப் படும்னு நினைக்கிறேன்.

கணேஷ் : ஐ வாண்ட் டு ஸப்மிட், விட்னஸ் ஹஸ் டர்டண்ட் ஹாஸ்டைல். ஈஸ்வரன், நீங்க போகலாம்.

வஸந்த் : *(கோபத்துடன் எழுந்து)* நோ... மிஸ்டர் ஈஸ்வரன் இன்னும் ரெண்டு கேள்வி பாக்கி இருக்கு. எத்தனை பணம் வாங்கினீங்க? எத்தனை பணம் தர்றதா யார் சொன்னாங்க? ஈஸ்வரன் சொல் லுங்க. சொல்லுங்க அதைவிடப் பணம் நாங்க தர்றோம்.

(இளவழகன் பக்கம் திரும்பி)

யூ பாஸ்டர்ட்...

நாகராஜன் : ஐ வெரி ஸ்ட்ராங்லி அப்ஜெக்ட் டு திஸ் டான்ட்ரம்ஸ்.

நீதிபதி : *(கடுமையாக)* வஸந்த் ஐ வார்ன் யூ மைன்ட் யுவர் லாங்வேஜ்! இது கோர்ட்.

வஸந்த் : *(உரக்க)* திஸ் இஸ் நாட் எ கோர்ட்.

(உட்காருகிறான்)

நீதிபதி: மிஸ்டர் கணேஷ் - மேலே ஏதாவது சாட்சியங் கள் வச்சிருக்கீங்களா?

கணேஷ் : எல்லாம் காலியாயிடுத்து. என் ஸ்டாக் தீந்து போச்சு.

நீதிபதி : உட் யூ லைக் டு எக்ஸாமின் தி டாக்டர்?

கணேஷ் : *(திகைப்புடன் யோசித்து)* ஆல் ரைட். டாக்டர் நரேந்திரன் என் அடுத்த சாட்சி.

டாக்டர் : வித் ப்ளஷர்.

கணேஷ் : டாக்டர். சமீபத்திலே சாட்சி சொன்ன மஞ்சுளா வையும், ஈஸ்வரனையும் மறந்துடுங்க.

டாக்டர் : மறந்தாச்சு... மன்னிச்சுமாச்சு.

கணேஷ் : டாக்டர், உங்கமேல் சாட்டப்பட்ட குற்றங்களை எல்லாம் கேட்டீங்க. அவைகளை ஒவ்வொன்னா உங்க மோடிவேஷன் என்னான்னு பார்க்கலாம். முதல்லே, அந்த சரவணன். ஏன் டாக்டர் அந்த பேஷண்டோட ஜீவாதாரக் குழல்களைப் பிடுங்கி னீங்க?

டாக்டர் : அவர் நாலு மாசத்துக்கு முன்னாடியே இறந்துட் டார். எக்ஸ்டேன்சிவ் டாமேஜ் ப்ரெய்ன்ல. அவர் ஒரு உயிருள்ள பிணமா இருந்தாரு. அவரைச் சுத்துப்பட்டவங்க முதல்லே அவர் சாகறதுக்குக் காத்து இருந்தாங்க. அப்புறம் அவர் உயில்லே அவங்களுக்கெல்லாம் எதுவும் எழுதி வைக்க லேன்னு தெரிஞ்சதும், ஒரு கையெழுத்துப் போடறதுக்காவது அவர் மறுபடியும் முழிச்சுக் கணும்னு கெஞ்சினாங்க. படுக்கையடியில் குழாயடி சண்டை போட்டாங்க... அநாகரிகமாக இருந்தது. அவர் ஒருவிதமான...

கணேஷ் : டாக்டர் இந்த மாதிரி கேஸை டெர்மினல் இல்னஸ்னு சொல்லலாம் இல்லையா?

டாக்டர் : ஆமாம். தி ப்ரெயின் டாமேஜஸ் வேர் எக்ஸ் டன்ஸிங்...

கணேஷ் : அந்த மாதிரி டெரிமினஸ் இல்னஸ்ல மரணம்ங் கறது... எப்ப வரது?

டாக்டர் : அவனோட செயல்பாடுகள் எல்லாம் நின்னு போறபோது, உயிர் வாழறதுக்குரிய செயல்பாடு கள் எல்லாம்...

கணேஷ் : சரவணன் எப்படி மூச்சு விட்டுக்கிட்டிருந்தார்?

டாக்டர் : ஒரு லங் மிஷின் மூலம்.

கணேஷ் : அவருக்கு ஆகாரம் எப்படி போயிக்கிட்டிருந்தது?

டாக்டர் : ட்ரிப் மூலம்.

கணேஷ் : அப்படிக் கொடுத்துக்கிட்டே இருந்தா, அவர் பிழைச்சு எழுந்திருக்க சான்ஸ் இருக்காதா?

டாக்டர் : இல்லை. இன் அதர் வேர்ட்ஸ்... அவருக்கு உயிர்ங்கறது... மூச்சுங்கறது... வெளி உலகத் திலிருந்து செயற்கையா தந்துக்கிட்டிருந்தோம். எதுக்குன்னா சாகற கணத்தை ஒத்திப் போடற துக்கு.

கணேஷ் : சுத்துப்பட்டவங்க பேசிக்கிட்டிருந்தது அவ ருக்குக் கேட்டிருக்கலாமா டாக்டர்?

டாக்டர் : கேட்டிருக்கலாம். கேட்டிருந்தா அவர் ரொம்ப மனவருத்தப்பட்டு இருப்பார். உடம்பை அசைக்க முடியாம, பேச முடியாம கண்ணைத் திறக்க முடியாம வருத்தப்பட்டிருப்பார்.

கணேஷ் : டாக்டர், உங்க அபிப்பிராயத்தில், ஒரு மனுஷன் எப்ப செத்துப் போறான்?

டாக்டர் : அவனுக்கு எல்லா நம்பிக்கையும், எல்லா எதிர் பார்ப்பும் தீர்ந்து போறபோது.

கணேஷ் : உங்க ஒப்பீனியன்ல அந்த சரவணனை எப்படி வர்ணிப்பீங்க?

டாக்டர் : ஹி வாஸ் டெட்லாங் பேக். ஒரு மிஷின்...

கணேஷ் : டாக்டர், மிஸ் மஞ்சுளாவை களங்கப்படுத்தினது யார்னு உங்களுக்குத் தெரியுமா?

டாக்டர் : தெரியும். இருட்டில... சில அந்நியர்கள். அவளே சொன்னாள்.

நாகராஜன் : அப்ஜக்ஷன். சாட்சியத்தைக்கொண்டு நிரூபிக்கப் படவில்லை. மஞ்சுளாவே இதற்கு எதிராக சொல்லியிருக்கும்போது இதை அனுமதிக்கக் கூடாது, யுவர் ஆனர்.

நீதிபதி : அப்ஜக்ஷன்... சஸ்டெய்ன்ட்.

கணேஷ் : அவளுக்கு நீங்க உதவி செஞ்சதுக்குக் காரணம் என்ன டாக்டர்?

டாக்டர் : அவளுக்கு அந்தக் களங்கத்திலிருந்து விடுதலை கொடுத்து மறுவாழ்வு தர்றதுக்குத்தான்.

கணேஷ் : சிறுவன் ரவிக்கு அந்த மருந்தை நீங்க வரவழைச் சீங்களா?

நாகராஜன் : அப்ஜெக்ஷன்... மருந்து எங்கேருந்து வந்த துன்னு இப்போ பிரச்னை இல்லே.

கணேஷ் : அந்த மருந்தாலே பல பேர் குணமாயிருக் கிறதுக்கு ஆதாரம் இருக்கா டாக்டர்?

டாக்டர் : இருக்கு. அதை ஒரு மிராக்கில் க்யூர்னு சொல்ற வங்களும் இருக்காங்க.

கணேஷ் : யுவர் ஆனர். உங்களுக்கு விருப்பம் இருந்தா எங்களாலே, வீட்ரில் மருந்தினாலே குணமான வங்க கேஸ்கள் பலவற்றோட ரிப்போர்ட்கள் தரமுடியும்.

நீதிபதி : தேவையில்லை. ப்ரொஸீட்...

கணேஷ் : டாக்டர், இந்த மூணு கேஸ்லேயும் உங்க மன சாட்சிக்கு விரோதமா ஏதாவது நடந்திருக்கா?

டாக்டர் : இல்லே. மறுபடி இதே சூழ்நிலையில், இதே காரியங்களைத்தான் செய்திருப்பேன். மை கான்ஷியன்ஸ் இஸ் கிளியர்.

கணேஷ் : தட்ஸ் ஆல் யுவர் ஆனர்.

நீதிபதி : மிஸ்டர் நாகராஜன்!

நாகராஜன் : டாக்டர் நரேந்திரன், ஒரு டாக்டரோட முதல் கடமைன்னு எதைச் சொல்வீங்க?

டாக்டர் : மனசாட்சிக்கு விரோதம் இல்லாம இருக்கிறது.

நாகராஜன் : ஹிப்பாக்ரட்டிஸ் பத்தித் தெரியுமா உங்களுக்கு? ஒரு டாக்டரோட முதல் கடமை, உயிர்களைக் காப்பதுன்னு ஒத்துப்பீங்களா?

டாக்டர் : ஆமாம்.

நாகராஜன் : அந்தக் கடமையை நீங்க சரவணன் கேஸ்லே செய்யத் தவறிட்டீங்க இல்லையா?

டாக்டர் : அவரை எல்லோரும் கொன்னுக்கிட்டிருந் தாங்க.

நாகராஜன் : ரொம்ப விநோதமா இருக்கு டாக்டர் உங்க லாஜிக்.

டாக்டர் : உங்களுக்குச் சொன்னா புரியாது. அவரோட வேதனையை நான் நிறுத்தினேன்.

நாகராஜன் : அப்படியா? வேதனையை நிறுத்தறேன்னு எத்தனை பேரை இப்படி காவு வாங்கியிருப்பீங்க?

கணேஷ் : அப்ஜெக்‌ஷன் யுவர் ஆனர்.

நீதிபதி : அப்ஜெக்‌ஷன் சஸ்டெய்ன்ட்.

நாகராஜன் : டாக்டர், உங்களுக்கு ஆஸ்பத்திரி விதிகள் எல்லாம் ஒரு பொருட்டல்ல இல்லியா?

டாக்டர் : விதிமுறைகள் எல்லாம் மனிதாபிமான செயல் களுக்குக் குறுக்கே வரக்கூடாது.

நாகராஜன் : அதுக்காக உங்க சொந்தப் பாவங்களை மறைக் கிறதுக்கு அந்த விதிமுறைகளைப் பயன்படுத்த லாமா? உபயோகிக்கலாமா?

டாக்டர் : அது சொந்தப் பாவமா இல்லாதபோது, பயன் படுத்தலாம். இன்னொருத்தர் துயரத்தைத் துடைக்கிறதுக்கு உபயோகப்படுத்தலாம்.

நாகராஜன் : நான் உங்களை அபிப்பிராயம் கேக்கலே. ஆமாம் இல்லைன்னு பதில் சொன்னாப் போதும்.

டாக்டர் : அதுக்குத் தகுந்த மாதிரி கேள்வி கேட்டாப் போதும்.

நாகராஜன் : வீட்ரில் கொடுத்து இறந்து போனவங்களும் இருக்காங்க, இல்லையா டாக்டர்.

டாக்டர் : இருக்காங்க. பிழைச்சவங்களும் இருக்காங்க.

நாகராஜன் : இந்த வீட்ரில் அமெரிக்காவில் அங்கீகாரம் பெற்றிருக்கா?

டாக்டர் : இல்லை.

நாகராஜன் : அமெரிக்காவிலேகூட இதை உபயோகிச்சா குற்றம் தெரியுமா உங்களுக்கு?

டாக்டர் : இருக்கலாம்.

நாகராஜன் : டாக்டர், அந்த மருந்து அவ்வளவு அபாயகரமான துன்னு தெரிஞ்சும் அதை அந்தப் பையனுக்குக் கொடுத்ததுல நீங்க மிகப் பெரிய குற்றம் செய்ய வில்லையா?

டாக்டர் : இல்லை அவனுக்கு வேறே ஹோப்பே இல்லே. கடைசி முயற்சி அது. இறந்து போறதுக்கு முன்னாடி வாஸ்ட் டிட்ச் அட்டெம்ப்டா மார்பில் அ.ட்ரீனலின் நேராவே குத்துவோம். அது மாதிரி இது. மற்ற சிகிச்சைகள் இல்லாதபோது...

நாகராஜன் : தட்ஸ் ஆல், டாக்டர்.

நீதிபதி : மிஸ்டர் கணேஷ், எனி ரி எக்ஸாமினேஷன்?

கணேஷ் : நோ.

நீதிபதி : நாகராஜன், யூ மே சம் அப். சுருக்கமாகச் சொல் லுங்க போதும். மோஸ்ட் ஆப் த பாயின்ட்ஸ் ஆர் கவர்ட்.

நாகராஜன் : யூ ஆர் ரைட் ஸார். நான் அதிக சமயம் எடுத்துக்க விரும்பலே. டாக்டர் செஞ்சது மூணு குற்றம். மூணுலேயும் பொதுவா இழையோடறது அவ ருடைய அர்ரகன்ஸ், அராஜகத்தனம், நெக்ளி ஜென்ஸ் ஆப் டியூட்டி. விதிமுறைகள்ல ஏளனம். சரவணனைக் கொல்ல இவருக்கு உரிமை ஏது? இவர் என்ன கடவுளா, எப்போ வேணும்னா நான் குழாயைப் பிடுங்கி விடுவேன் செத்துப் போடா கிழவான்னு சொல்றதுக்கு? என்ன உரிமை இருக்கு? அவர் ஆறு மாசம் உயிரோட

110 ⁜ சுஜாதா

இருக்கலாம். ஒரு வருஷம் உயிரோட இருக்க லாம். அவர் முழிச்சுக்கலாம், குணமாகலாம். யாருக்குத் தெரியும்? இந்த மருத்துவ சாஸ்திரத் துக்கு எல்லாம் தெரியுமா? எல்லாம் தெரிஞ்சுக்க முடியுமா? யாராலும் முடியாது. சரவணன் டாக்டரால் கொல்லப்பட்டார். அவருடைய மரணத்தை டாக்டரே தீர்மானிச்சுச் செய்திருக் கார். இந்த அக்ரமத்தைப் பத்தி நான் மேலே விவரிக்கத் தேவையில்லே... அடுத்து, மஞ்சுளா. கேக்கறதுக்கே அருவருப்பான சிநேகம். அவங்க சாட்சி சொல்ல வந்தபோது, வெளிப்பட இருந்த உண்மையை அவசரமா மறைச்சுட்டாங்க. அவளைக் களங்கத்துக்கு உள்ளாக்கி, ஆஸ்பத்திரி யிலே தன் பதவியை உபயோகிச்சி, அபார்ஷன் பண்ண வச்சு... மனசாட்சியாம் மனசாட்சி! இவங்ககிட்டே எல்லாம் மனசாட்சி இருக்கா என்ன...? அப்புறம் ரவி. அவன்மேலே நடத்தின விஷப்பரிட்சை. அவங்க அப்பா, வேண்டாம் வேண்டாம்னு அடிச்சுக்கிட்டாராம். அதைச் சொல்ல வந்ததைத் தடுத்திட்டாங்க. தன்னிச் சையா ஒரு தடை செய்யப்பட்ட மருந்தைக் கொண்டுவந்து, அதை அந்த இளம் தளிர்மேல் பிரயோகப்படுத்திக் கொன்னுட்டார். சாக அடிச்சுட்டார். இவருக்கு நாம என்ன தண்டனை தரவேண்டும்? ஏதோ ஒரு ஓரத்தில் இன்டென் ஷன்ஸ் வேர் குட்னு நண்பர் வாதாடலாம், யுவர் ஆனர். அதுக்கெல்லாம் நீங்க மயங்கக் கூடாது. ஆனா பிராஸிக்யூஷன் கேக்கறது மரண தண்டனை இல்லே. சிறை. இந்த மாதிரி டாக்டரை டாக்டர்னு சமூகம் சொல்றதுக்கு வெட்கப்படும். அவருக்குக் கொடுக்கப்பட் டிருக்கும் பட்டம், பதவி எல்லாத்தையும் கிழிச்சுப் போட வேண்டாமா? கிழிச்சு அவரை சிறையில் தள்ள வேண்டாமா? சொல்லுங்க? வேறே ஏதாவது தண்டனை இருக்க முடியுமா? முடியுமா... தட்ஸ் ஆல் யுவர் ஆனர்.

நீதிபதி : மிஸ்டர் கணேஷ்...

கணேஷ் : ஐ ஆம் ஸாரி யுவர் ஆனர். ஐ ஆம் எ பிட் ஃபிளஸ்டர்ட், என் கலீக் வஸந்த் கொஞ்சம் பேசுவார். ஹி வில் சம் அப்.

வஸந்த் : *(சற்றுத் திகைத்து)* பாஸ்... நானா...?

கணேஷ் : கமான் வஸந்த்...

வஸந்த் : *(கனைத்துக்கொண்டு)* யுவர் ஆனர்... டாக்டர் இருக்கார்... பல குற்றங்களைச் செய்தார்... முதல் குற்றம் அமெரிக்காவிலே வருஷத்துக்கு 50 ஆயிரம் டாலர் சம்பளம் வாங்கிண்டு இருந்தவர், எல்லாத்தையும் உதறிவிட்டு, இங்கே கொட்டாங்கச்சி சம்பளத்துக்கு வந்தார். அடுத்த குற்றம், பதவிக்கு வந்ததும் அதிலே கொஞ்சம் ஸ்ட்ரிக்ட்டா இருந்தது. ஏன்யா நாள் பூரா தூங்கிட்டு ஓவர் டைம் வாங்கறேன்னு கேக்கறது. கேக்கலாமா? மூணாவது குற்றம். யாரோ அரசியல்வாதி. கட்சிக்காரன்க கிட்டே தப்பிக்கிறதுக்கு ஆஸ்பத்திரியில் வந்து படுத்திருக்கிறார். அவரை விரட்டினார். விரட்டலாமா? அரசியலை விரட்டலாமா. அப்புறம் இன்னொரு டாக்டர். அவர் பதவிக்காகக் காத்திருக்கறபோது, இவர் அவருக்கு மேலே வரலாமா? அதுவும் குற்றம் இல்லையா? சரவணன்னு ஒருத்தர். மூச்சு மட்டும் இருக்கிற மெஷினா இருந்தவருக்கு விடுதலை தரலாமா? குற்றம் இல்லையா? நடு இருட்டில் காங் ரேப் பண்ணப்பட்ட பொண்ணு! அவ கர்ப்பத்தைக் கலைக்கலாமா? குற்றம் இல்லையா? இருபதாயிரம் ரூபா செலவழிச்சு மருந்தை வரவழைச்சு டெஸ்பரேட்டா ஒரு சிறுவனைப் பிழைக்க வைக்க முயற்சி செய்யலாமா? எப்பேர்ப்பட்ட குற்றம்?...

நீதிபதி : நீங்க சொல்றது ஒண்ணும் ப்ரூஃப் ஆகலை மிஸ்டர் வஸந்த்!

வஸந்த் : ப்ரூஃப் பண்ண முடியலே, யுவர் ஆனர்.

நீதிபதி : ஏன்?

வஸந்த் : யுவர் ஆனர், இந்த கேஸ்னால் எவ்வளவு பேருக்கு லாபம். முதல் லாபம் நண்பர் நாகராஜனுக்கு. ஒரு வேளை இதை ஜெயிச்சா, அவர் ஜட்ஜ் ஆகலாம். அடுத்தது டாக்டர் பாலகிருஷ்ணனுக்கு. டாக்டர் நரேந்திரனுக்கு அப்புறம் அவர், டிபார்ட்மெண் டுக்கு ஹெட்டா வரலாம். அடுத்தது மஞ்சுளா. அவளுக்கு இந்த மாதிரி எதுத்துக்கிட்டு சாட்சி சொன்னதால் எவ்வளவு பணம் கிடைக்கப் போறதோ? ஈஸ்வரன்! அவருக்கு சௌகரியங்கள் கிடைக்கலாம். யுவர் ஆனர், யார்? யாரிது? யார் இந்த சூத்திரதாரி? நம்ம சமுதாயம் பூராப் பரவி யிருக்கிற ஒரு முகமற்ற எதிரி. கரப்ஷன்! லஞ்சம், வெவ்வேறு ரூபத்தில் லஞ்சம்! டாக்டர் பால கிருஷ்ணன் யாருக்கு உறவு? எங்களால் காட்ட முடியவில்லை. ஏன்? சாட்சி சொல்ல வரமாட் டாங்க. அன்னிக்கு வந்து படுத்துக்கிட்ட அரசியல் வாதியைப் பத்தி யாராவது சாட்சி சொல்லுவாங் களா? ரெண்டு சாட்சியங்களை எங்க கட்சியில சேர்த்துக்கறதுக்கு நாங்க தடுமாறின தடு மாற்றத்தைப் பாத்தீங்கல்லே - வி ஆர் டெஸ்ப ரேட் யுவர் ஆனர்.

நீதிபதி : மிஸ்டர் வஸந்த். நீங்க சொல்றது எல்லாம் டோட்டலி இர்ரெலவன்ட் டு தி கேஸ்.

வஸந்த் : யுவர் ஆனர், நீங்க எவ்வளவு வாங்கியிருக்கீங்க?

நீதிபதி : *(கோபத்துடன்)* திஸ் இஸ் ப்ரிபாஸ்டரஸ் கெட் அவுட் ஆப் கோர்ட்.

கணேஷ் : வஸந்த்!...

வஸந்த் : *(ஆவேசத்துடன் தொடர்ந்து)* நீங்கள் எல்லோரும் ஒரே கட்சி. டாக்டர் ஆரம்பத்தில் சொன்னது சரிதான். எல்லோரும் ஒரே கட்சிதான். ஆல் ஆப் யூ ஸ்டிங்க். இந்த கேஸே ஒரு நாடகம். தீர்ப்பு முன்னாலே தீர்மானிக்கப்பட்ட நாடகம். கமான், கர்ட்டனை போடுங்க.

(ஆடியன்ஸைப் பார்த்து)

தி ஷோ இஸ் ஓவர்... ஓ, தீர்ப்பு பாக்கி இருக்கில்லே? கொஞ்சம் இருங்க. தீர்ப்பை கேட்டுட்டுப் போங்க.

கணேஷ் : *(வஸந்த்தை அடக்கி)* வஸந்த்! டோன்ட் பிரிடிக்யூலஸ்!

வஸந்த் : பாஸ், நீங்ககூட ஏதாவது சில்லரை வாங்கியிருக்கீங்களா?

நீதிபதி : ஐ ஸ்ட்ராங்லி அப்ஜெக்ட் டு யுவர் தியேட்ரிகல்ஸ் வஸந்த். இந்த மாதிரி நடத்தைக்காக உங்களை சிறைக்கு அனுப்பணும். ஸ்டாப் தட் நான்சென்ஸ். மிஸ்டர் கணேஷ், இஸ் யுவர் சம்மிங் அப் ஓவர்.

வஸந்த் : *(குனிந்து)* தட்ஸ் ஆல், யுவர் ஆனர்.

நீதிபதி : ஐ அட்ஜெர்ன் த கோர்ட். மத்தியானம் ரெண்டு மணிக்கு தீர்ப்பு. *(எழுந்து செல்கிறார்)*

நாகராஜன் : *(எழுந்து)* கோமாளித்தனமெல்லாம் செல்லாது தெரியுமா?

(போகிறார்)

வஸந்த் : கங்க்ராஜுலேஷன்ஸ்!

டாக்டர் : *(அங்கிருந்து)* வஸந்த் தாங்க்ஸ்.

வஸந்த் : நோ டாக்டர். வீ ஹாவ் லாஸ்ட் தி கேஸ்.

டாக்டர் : எனக்கு அது ஆரம்பத்திலேயே தெரியும். வரேன்.

(இளவழகன் கிளம்பி மெல்ல நிதானமாக புன்னகையுடன் வருகிறார்)

இளவழகன் : கொஞ்சம் இருங்க டாக்டர். உங்ககூட பேசணும்.

வஸந்த் : வாங்க இளவழகன். அந்தப் பொண்ணு மஞ்சுளாவுக்கு என்ன தந்தீங்க?

இளவழகன் : *(சிகரெட் பற்ற வைத்துக்கொண்டு)* ஒண்ணுமில்லே... சும்மா ஒரு பதவி உயர்வு... ஆஸ்பிடல்ல

ஒரு அட்மிஷன் ஆபீசர் போஸ்ட் காலி இருக்கிறதில்லே... அதை கொடுத்திட்டாப் போச்சு... ஈஸ்வரன்தான் தகராறு பண்ணார். மூத்த பையன் பிளஸ் டூ பாஸ் பண்ணியிருக்குதாம். அதுக்கு ஒரு மெடிகல் ஸீட் வரைக்கும் போகவேண்டியதாயிடுச்சு. இதோ பாருங்க டாக்டர்... இந்தத் தம்பி சொன்னது ரொம்ப சத்தியவாக்கு. எல்லாம் நாடகம்தான். எல்லாத்தையும் பிக்ஸ் பண்ண முடியும். டாக்டர், நான் முதல்லே உங்ககிட்டே வந்து கேட்டுக்கிட்டேன் இல்லே? எவ்வளவு சிம்பிளா முடிஞ்சிருக்க வேண்டிய விஷயத்தை, கோர்ட்,கேஸ்னு இழுத்தடித்தாச்சு! இதப்பாருங்க தம்பி, பாலகிருஷ்ணன் அந்த எச்.எம்.முக்கு சொந்த மச்சான். அது சரியாத் தெரியாம இப்படி மோதலாமா? பாருங்க, என் மேலே உங்களுக்கெல்லாம் விரோதம் இருக்கக்கூடாது. நான் இந்த அமைப்பில் சின்ன பல் சக்கரம் மாதிரி. டாக்டரை ஒழிச்சுக் கட்டறேன்னாரு எச்.எம். ஒழிச்சிக் கட்டியாச்சு. அவ்வளவுதான். டாக்டர் நீங்க உங்க கடமையைச் செய்தாப்பலே, நானும் செஞ்சேன். (மற்றவர்களிடம்) முதல்லே இந்த மனுஷன் கிட்டே ‘பேசாமே ரிசிக்னேஷன் கொடுத்துரு. சுமுகமா முடிச்சுடலாம். டிஸ்பென்சரிகூட ஏற்பாடு செய்துடலாம்’ னு சொல்லிப் பார்த்தேன். இந்த மனுஷன்தான் விரைச்சிக்கிட்டாரு. மனசாட்சிக்கு விரோதமா எதுவும் செய்ய மாட்டேன்னாரு. மனசாட்சி பேசறார்! அப்பாவி மனுஷன்! என்னைப் பொறுத்தவரை, தனிப்பட்ட அபிப்பிராயம் கேட்டா டாக்டர் செய்தது அத்தனையும் நியாயம்தான். அந்த சரவணன் கேஸை பெரிசாப் பண்ணிட்டோம். வெறும் நெக்ளிஜன்ஸால காத்திருந்து காத்திருந்தே, ஆஸ்பத்திரியிலே பிராணனை விடுற கேஸ் எத்தனையோ! ஒரு நாளைக்கு முப்பது அபார்ஷன் நடக்குது. எல்லாம் கேக்கறவங்க இல்லே. கேக்கக்கூடாது. இதெல்லாம் ஒண்டியாளு மாத்த முடியாதுங்க. நான் வரட்டுங்களா, தம்பி நல்லாப் பேசனீங்க.

வஸந்த் : இருங்க, தீர்ப்பு என்னான்னு தெரிஞ்சுக்க வேண் டாமா?

இளவழகன் : வேண்டாங்க. கேஸ் ஆரம்பிக்கறதுக்கு முன்னாடியே தெரியும்.

(வஸந்த் சிரிக்கிறான். மெல்ல மெல்ல சிரிப்பு பலமாகி, இளவழகனும் அதில் கலந்துகொள்ள - சிரிப்பு ஒருவிதமாக அபத்த நிலைக்குப் போகிறது)

இளவழகன் : தீர்ப்பு என்னன்னு சொல்லட்டுமா? டாக்டருக்கு ரிஜிஸ்டரிலிருந்து பேரை நீக்கிடப்போறாங்க. இனிமே அவர் பிராக்டிஸ் பண்ணக் கூடாது. அப்பறம் அவர் செஞ்ச மூணு குற்றங்களுக்கும் சேர்ந்து ஆறு வருஷம் சிறை தண்டனை கிடைக்கப் போவுது எப்படி...?

(சிரிக்க, வஸந்த் அவனுடன் சேர்ந்து கொண்டு பலமாக சிரிக்க, The sitution becomes almost comical and absurd)

இருவரும்

சேர்ந்தே : பாரத சமுதாயம் வாழ்கவே வாழ்க வாழ்க...
பாரத சமுதாயம் வாழ்கவே வாழ்க வாழ்க.

(மேஜைமேல் தட்டிக்கொண்டு பாடுகிறார்கள்)

('முப்பது கோடி மக்களின் சங்கம்' என்பதற்குப் பதில் 'லஞ்சம்' என்று பாடுகிறார்கள்)

(மெல்ல மெல்ல இளவழகன் முகம் மாறுகிறது. தன் நெஞ்சைப் பிடித்துக்கொள்கிறான்... வலி என்கிறான். வஸந்த் இன்னும் சிரித்துக் கொண்டிருக்க டாக்டர் நரேந்திரன்தான் கவனிக்கிறார்)

டாக்டர் : என்னங்க...?

இளவழகன் : வலி... வலி... வேர்க்குது. ஜில்லுனு ஆயிடுத்து டாக்டர்! டாக்டர்!

டாக்டர் : அப்பவே நினைச்சேன். இவ்வளவு சிகரெட் குடிக் கிறீங்க. வஸந்த். குவிக்! இந்த இன்ஜெக்ஷன் வாங்கிட்டு வா. அப்படியே ஒரு சிரிஞ்ச்.

வஸந்த் : (சிரிப்பை நிறுத்தி) டாக்டர், இவருக்கு என்ன?

டாக்டர் : ஐ திங்க் ஹி ஈஸ் ஹாவிங் எ மையோ கார்டியல்! சிம்ப்டம்ஸ். அப்படித்தான் தெரியுது. க்விக்.

(இளவழகன் மெல்லச் சரிகிறான். விழிக்கிறான்! வாயைத் திறந்து வலி வலி என்கிறான். கண்கள் சுழல, தலை காற்றில் ஆடும் மரம்போல் அசைய, டாக்டரின் மேல் விழுகிறான்)

இளவழகன் : *(சிரமத்துடன்)* கழுத்தைப் போட்டு முறுக்கறாப் போல வலி. அஜீர்ணம்.

டாக்டர் : அஜீர்ணமில்லே. ஹார்ட் அட்டாக்தான். க்விக், வஸந்த்!

வஸந்த் : வெயிட் எ மினிட் டாக்டர். நீங்க எதுக்காக இவனுக்கு வைத்தியம் பார்க்கணும்? நீங்கதான் டாக்டர் இல்லையே! அப்படித்தானே தீர்ப்பை ஏற்படுத்திக் கொடுத்திருக்கார் இந்த ஆளு.

டாக்டர் : டோண்ட் பி ஸில்லி. இந்த மருந்தை வாங்கிட்டு வரப் போறியா இல்லையா?

கணேஷ் : *(உரக்க)* யூ கான்ட் ட்ரீட் ஹிம்! நீங்க டாக்டர் இல்லே!

டாக்டர் : ஸ்டுபிட்! திஸ் மேன் வில் டை. முதல்லே ஆம்புலன்ஸ்க்கு போன் பண்ணுங்க.

வஸந்த் : டோன்ட். வேண்டாம். நீங்க டாக்டர் இல்லே. டாக்டர் இல்லே.

டாக்டர் : நான்சென்ஸ். இன்னும் தீர்ப்பு சொல்லலே. இளவழகன், இதப்பாருங்க, இப்படியே சாஞ்சி உக்காந்துக்குங்க. ஒண்ணும் இல்லே. பயப்படா தீங்க. ஜஸ்ட் ரிலாக்ஸ். லேசா மூச்சு விடுங்க. உடனே உங்க எச்.எம்.முக்கு தகவல் சொல் றேன். அவர் சொன்னா ஆம்புலன்ஸ் பறந்து வரும். உடனே நீங்க ஆஸ்பத்திரிக்குப் போயா கணும். நல்லவேளை தப்பிச்சிட்டீங்க. மைல்ட் அட்டாக். தாராளமா மூச்சு விடுங்க. சிகரெட் பெட்டியை தூக்கிப் போடுங்க. ரிலாக்ஸ்... ரிலாக்ஸ்...!

(இளவழகனை உட்கார வைத்து - சிகிச்சை செய்துகொண்டிருக்க, மேடையில் மெல்ல ஒளி குறைகிறது. டாக்டரின் குரல் மட்டும் கேட்டு அதுவும் ஓய - சற்று நேரம் மௌனம். திரை மெல்ல இறங்குகிறது)

*நீதிபதியின் குரல் :* *பிராஸிக்யூஷன் தரப்பு விவாதங்களையும், டிபன்ஸ் தரப்பு விவாதங்களையும் பாரபட்சமின்றி பகுத்துப் பார்த்ததில், டாக்டர் நரேந்திரன் மிகத் தீவிரமாக கடமை மீறல் குற்றங்களையும், அலட்சிய சுபாவத்தால் தன்னிச்சையாக ஆஸ் பத்திரி விதிமுறைகளை மீறின குற்றத்தையும் அதன் விளைவுகளால் இருவர் மரணத்திற்குக் காரணமாக இருந்திருக்கும் குற்றத்தையும் செய் திருக்கிறார் என்பது சந்தேகமற நிரூபிக்கப் பட்டிருக்கிறது. டாக்டர் தொழிலுக்கே இழுக்காக இருந்திருக்கிறார். அவருக்கு இந்தத் தொழிலுக் கான அனுமதி உடனே நிராகரிக்கப்பட்டு, இ.பி.கோ.299 செக்ஷன் 304 பிரிவில் இரண்டாம் பாகத்தின் தண்டனையும்படி அவருக்கு ஆறு வருஷம் கடுங்காவல் சிறைத் தண்டனையும், இந்தியன் ட்ரக் அண்ட் காஸ்மெட்டிக்ஸ் ஆக்ட் பிரிவின்படியும் மூன்று வருஷம் சிறைத் தண்ட னையும் விதித்து, இரண்டு தண்டனைகளும் ஒரே சமயத்தில் நிறைவேற்றும்படி தீர்ப்பளிக்கிறேன். கோர்ட்டை அவமதித்த லாயர் வஸந்துக்கு எச்சரிக் கையாக ஒரு வார சாதாரண சிறைத் தண்டனை அளிக்கிறேன்.*

---